மத்யமர்

மத்யமர்

சுஜாதா

கிழக்கு

மத்யமர்
Mathyamar
by *Sujatha*
Sujatha Rangarajan ©

First Edition: April 2017
120 Pages
Printed in India.

ISBN 978-81-8493-725-1
Kizhakku - 982

Kizhakku Pathippagam
177/103, First Floor,
Ambal's Building, Lloyds Road,
Royapettah, Chennai - 600 014.
Ph: +91-44-4200-9603

Email : support@nhm.in
Website : www.nhm.in

- kizhakkupathippagam
- kizhakku_nhm

Kizhakku Pathippagam is an imprint of New Horizon Media Private Limited.

This book is sold subject to the condition that it shall not, by way of trade or otherwise, be lent, resold, hired out, or otherwise circulated without the publisher's prior written consent in any form of binding or cover other than that in which it is published and without a similar condition including this the rights under copyright reserved above, no part of this publication may be reproduced, stored in or introduced into a retrieval system, or transmitted in any form or by any means (electronic, mechanical, photocopying, recording or otherwise), without the prior written permission of both the copyright owner and the above-mentioned publisher of this book.

முன்னுரை

இங்கேயும் இல்லாமல், அங்கேயும் செல்ல முடியாமல் ஒரு வர்க்கமே இருக்கிறது. இவர்கள் ஏறக்குறைய நல்லவர்கள், பெரும்பாலும் கோழைகள். பணக்கார சௌகர்யங்களுக்குத் தொட்டும் தொடாத அருகாமையில் இருப்பவர்கள்.

பக்தி, காதல், பரிவு, பாசம், தியாகம், நேர்மை போன்ற குணங்களைத் தேவைக்கும் அவசரத்துக்கும் ஏற்பச் சற்று மாற்றிக்கொள்பவர்கள். சமூகம் வாசல் கதவைத் தட்டுவதைக் கேட்காதவர்கள்... இந்த மௌனப் பெரும்பான்மையினருக்கு ஒரு பெயர் உண்டு.

மத்யமர்.

இவர்களைப் பற்றிய பன்னிரண்டு கதைகள் இவை.

இக்கதைகள் கல்கியில் வெளி வந்தபோது விமர்சனம் எழுதிய நூற்றுக்கணக்கான வாசகர்களுக்கும் நன்றி. வாசகர் கடிதங்களை அவர்கள் அனுமதியுடன் பிரசுரித்திருக்கிறோம்.

இக்கதைகளைச் சிறப்பாக 'கல்கி'யில் வெளியிட்டு என்னை ஊக்குவித்த நண்பர் ஆசிரியர் கி.ராஜேந்திரன் அவர்களுக்கும் துணை ஆசிரியர் பி.எஸ். மணி அவர்களுக்கும் நன்றி.

சுஜாதா

பெங்களூர்
22-11-90 அன்று
பெட்ரோல் க்யூவில் காத்திருந்தபோது.

பொருளடக்கம்

1. ஒரு கல்யாண ஏற்பாடு — 9
2. புது மோதிரம் — 18
3. 'தர்ட்டி ஃபார்ட்டி' — 26
4. அறிவுரை — 36
5. ஜாதி இரண்டொழிய... — 43
6. சாட்சி — 54
7. நீலப்புடைவை, ரோஜாப்பூ — 65
8. மற்றொருத்தி தேவை — 74
9. பரிசு — 85
10. தாய்-1 — 94
11. தாய்-2 — 101
12. தியாகம் — 110

1

ஒரு கல்யாண ஏற்பாடு

நடுராத்திரி. சுரேஷ் போன் பண்ணினான். ராம நாராயணனுக்கு அந்த வேளையில் அமெரிக்காவிலிருந்துதான் கால் வரும் என்று தெரியும். ராங் நம்பர், பகல் வேளைகளில்தான் வரும். எடுத்ததும் சர்வதேச 'பீப்' ஒன்று கேட்கச் சற்று நேரம் அலயோசைக்குப் பின் 'ஹலோ!'

'அப்பா! ஹௌ ஆர் யூ? ஹௌ ஈஸ் அம்மா? சுரேஷ் ஹியர்.'

'நாங்க சௌக்கியமா இருக்கோம் சுரேஷ். இதோ அம்மாகிட்ட பேசு.' போனைக் கஸ்தூரியிடம் கொடுத்தார். கஸ்தூரி எதற்காகவோ கண்ணாடி மாட்டிக்கொண்டாள்.

'அம்மா, எப்படியிருக்கே? இந்த கிறிஸ்துமஸ் ஹாலிடேஸின் போது வர்றேன். ஓகே? ஒரு மாதிரி சிம்பிளா மேரேஜ் செட்டில் பண்ணிடு. ஓகே! ஜாஸ்தி பெண் பார்க்க வேண்டாம். நீயே ஒண்ணு ரெண்டு பார்த்து செலக்ட் பண்ணி வை. ஓகே? போட்டோ அனுப்பி வெச்சா நான் பார்த்து ஓகே சொல்லிடறேன். ஓகே? லெட்மி ஜஸ்ட் டாக் டு ஹர்... யு நோ ஃபார் எ வைல். மாம், நீ பார்த்து ஓகே சொன்னால் போதும். ஓகே?'

‘தை மாதம் பிறக்கிற வரைக்கும் இருந்தால் முதல் முகூர்த்தத் திலேயே கல்யாணத்தை முடிச்சுடலாண்டா சுரேஷ்.’

‘தை-தட்மீன்ஸ் மிட் ஜன்யுவாழி, ஓ தட்ஸ் இம்பாஸிபிள். நோவே! லெம்மி ஜஸ்ட் டாக்டு மாக்ஸ் மா லெம்மி ட்ரை... ஐ மைட் ஜஸ்ட் பி ஏபிள் டு மேக்கிட் கம்பைனிங் ஏ டோக்கியோ விஸிட்... டோன் ப்ழாமிஸ். ஒக்கே பை?’

‘என்ன சொன்னான்?’ என்றார் ராமநாராயணன் அவள் போனை வைத்ததும்.

‘என்னவோ இழுத்து இழுத்துப் பேசினான். பாதி புரியலை.’

‘கல்யாணம் பண்ணிக்கிறானாமா?’

‘ஆமாம். பெண் பார்த்துடுன்னான். கிறிஸ்துமஸுக்கு வர்றானாம். நீங்க பேசக்கூடாதோ?’

‘அதுக்குள்ளே போனை வெச்சுட்டானே! தூக்கத்தைத் கெடுத்தான்!’ ராமநாராயணன் படுக்கையில்போய்ப் படுத்து விட்டதை இருட்டில் வெறித்துப் பார்த்துக் கொண்டிருந்தாள். அவருக்கு ப்ராஸ்டேட் உபத்திரவம் உண்டு. சிறுநீர் கழிக்க வேண்டும் போல இருக்கும். போனால் வராது. இம்சை. ராம நாராயணன் ஜியாலஜிகல் சர்வேயில் சீனியர் ஜியலாஜிஸ்டாக ஓய்வு பெற்றவர். டைரக்டர் பதவி கிடைக்கவில்லை. பெண் ணுக்குக் கல்யாணம் பண்ணி கோவாவில் இருக்கிறாள். மாப்பிள்ளை மெட்டலர்ஜிஸ்ட். மூத்தவன் சுரேஷ் பெங்களூர் யுவிஸிஇயில் படித்து அமெரிக்கா போய் மிஸ்ஸோரி ரோலாவில் எம்.எஸ். படிப்பு முடித்து அங்கேயே வேலை கிடைத்து பீட்டர் கிராஃபிகான் என்கிற கம்பெனியில் வைஸ் பிரசிடெண்டாக இருக்கிறான். அவனுக்குத்தான் கல்யாணப் பேச்சு இப்போது.

> Wanted handsome Non-Bharadwaja graduate girl of 24 for US based Iyengar 175 cms Green Card Holder coming in January for matrimony. Decent, early marriage, no dowry. Contact Post Box...

விளம்பரத்துக்கு நிறைய பதில்கள் வந்து, அதில் பத்தைத் தேர்ந் தெடுத்து போட்டோ கேட்டு அனுப்பி வைத்து அவற்றில் இரண்டைத் தேர்ந்தெடுத்து சுரேஷுக்கு அனுப்பி, அவன் அவ்விரண்டில் ஒன்றை முதலில் தேர்ந்தெடுத்து போனில்

சொல்ல, வெள்ளிக்கிழமை ராமநாராயணனும் கஸ்தூரியும் பெண் பார்க்கச் சென்றார்கள். ரொம்ப நாட்களாக ஷெட்டில் வைத்திருந்த காருக்கு கேனில் பெட்ரோல் வாங்கிவந்து ஊற்றி கார்ப்பரேட்டரைச் சுத்தம் செய்து கிளப்பிக் கொஞ்ச நேரம் பாட்டரி சார்க் பண்ணி டர்டர் என்று கிளம்பிச் சற்றே ஆடிக் கொண்டு அடையாறிலிருந்து கிளம்பிப் போனார்கள்.

நரசிம்மன் பெண் நந்தினிக்குத்தான் சுரேஷைப் பார்க்கப் போகிறார்கள். நரசிம்மனின் மனைவி வத்சலா தலைமுடியை டை அடித்துக்கொண்டு லாக்கரில் இருந்து நகைகளைக் கொண்டுவந்து மாட்டிக்கொண்டாள். பழைய மாம்பலத்திலிருந்து ஏழை பிராமணியை வரவழைத்து முந்திரிப்பருப்பு கேக்கும் சௌசௌ மிக்சரும் பண்ணி வைத்திருந்தாள். நரசிம்மன் கூடத்து அல மாரியில் இருந்த ஹெரால்டு ராபின்ஸ் புத்தகங்களை நீக்கி, ஜே.கிருஷ்ணமூர்த்திகளை அடுக்கினார். அவர் சிவில் ஏவி யேஷனில் இருக்கும் போது கனடா போயிருந்தபோது வாங்கி வந்திருந்த மாண்ட்ரியால் பொம்மைகளைத் தூசு தட்டி அலங்கார அலமாரியில் வைத்தார். சிகரெட் பாக்கெட்டை மறைத்து வைத்தார். நந்தினி லெண்டிங் லைப்ரரிக்குப் போயிருந்தவள் திரும்பி வந்ததும் வற்புறுத்தி ஜீன்ஸ் வேண்டாம் என்று சொல்லப் புடைவை கட்டிக் கொண்டாள். அவ்வப்போது இடுப்பிலிருந்து நழுவுவதை ஜானகி மாமிதான் சொருகிவிட்டாள். நந்தினி காதுக்குத் தோடு போட முடியவில்லை. தூர்ந்துவிட்டதால் வலிக் கிறது என்று சொன்னாள். 'அவா வந்தால் சொல்லிக்கிறேன். வேணும்னா வைரத்தோட்டைக் காமிச்சுரலாம்.'

'எல்லாம் வேஸ்ட்டு' என்றாள் நந்தினி.

'இருந்தும் காமிக்க வேண்டியது நியாயம்தானே!'

ஐந்து மணிக்கு ராமநாராயணன் வந்தார். 'வாங்கோ, வாங்கோ!' என்று குழைவாக வரவேற்று, 'என்ன இவ்வளவு லேட்டு? வீடு கண்டுபிடிக்கிறதில் சிரமமா?' என்றார் நரசிம்மன்.

கஸ்தூரி, 'இல்லை, கார் கொஞ்சம் நடுவழியில்... நின்னுடுத்து... அதை வித்துட்டுப் புதுக்கார் வாங்கணும்னு இருக்கோம். அதுக்கு வேளை வரலை...' என்றாள்.

'புதுக்காரா?' என்பதுபோல் ராமநாராயணன் பார்க்க, அவள், 'பூட்ஸைக் கழட்டிடுங்கோ...' என்றாள்.

'பரவாயில்லை. இருக்கட்டும், நோ பார்மாலிட்டிஸ். நாங்கள் லாம் டில்லி மனுஷா!'

'எதுக்கும் சம்பிரதாயம் ஒண்ணு இருக்கோல்லியோ?' ராம நாராயணன் ஷூவைக் கழற்றி, ஸாக்ஸ் ஓட்டைகளுடன் உள்ளே நுழைந்தார். அவர் கால் வாசனையை அடுத்த அறையில் உணர்ந்து ஜூடி குரைத்தது.

'நாய் இருக்கா?' என்றார் ராமநாராயணன் பயந்து போய்.

'கட்டிப் போட்டிருக்கோம்.'

'உங்க வீட்டுப் பொண்ணு என்ன உசரம்?' என்றாள்.

'ஃபைவ் ஃபைவ்... பைவ் சிக்ஸ்கூட இருப்பா. உயரம் சரியாத் தான் இருக்கும்.'

'சுரேஷ் 5-9.'

'5-9, எங்கண்ணா, 5-11 இருப்பான். பட்டாபியைவிட உயர மில்லையா? போட்டோகூட இருக்கே.'

'பட்டாபிங்கறது?'

'எங்க மாப்பிள்ளை. கோவாவில் எம்.எம்.டி.ஸி.ல இருக்கார். மெட்டலர்ஜிஸ்ட்.'

'உங்க ஸன் எப்ப வர்றார்?'

'டிசம்பர் 31-ம் தேதி பான் அமெரிக்கன்ல வர்றான்... நேத்திக்குக் கூட போன் பண்ணினான்.'

'போட்டோ பார்த்தாராமா?'

'பார்த்துட்டு ஓக்கேன்னுட்டாம்மா. நாங்க வளவளன்னு சுத்தி வளைச்சுப் பேசமாட்டோம் வத்சலா... பெண்ணைப் பெத்தவர் கஷ்டம் நன்னாவே தெரியும் எங்களுக்கு. எனக்கும் பெண் இருக்கா - அப்புறம் என் பிள்ளை நான் சொல்றதைக் கேட்பான். அவனுக்கு ஒவ்வொரு வாசப்படியா ஏறி இறங்கிப் பொண்ணைப் பார்த்துட்டு இது நன்னாருக்கு, அது நன்னாயில்லைன்னு சொல்ல இஷ்டமில்லை. அவன் பொம்மனாட்டியோட கஷ்டம் தெரிஞ் சவன். சின்ன வயசிலிருந்தே இண்டிபெண்டண்டா வளர்ந்தவன்.

சுயமா ஒரு வத்தக்குழம்பு சாத்தமுது (ரஸம்) எல்லாம் வெச்சுக்கத் தெரிஞ்சவன்...'

'அமெரிக்காவிலே போயுமா?' என்றார் நரசிம்மன்.

'அமெரிக்கா போனதால் நம்ம சம்பிரதாயங்கள்லாம் மாறிடணுமா என்ன...? சம்பந்தி... ஏறக்குறைய சம்பந்தம் ஆனாப்லதான். அதனால் சம்பந்தின்னே கூப்பிடறேன்... நம்ப மாட்டீங்க நீங்க. என் பிள்ளை சந்தி பண்றான். சகஸ்ரநாமம் சொல்றான்...'

'பிரம்மோத்ஸவத்துக்கு பிட்ஸ்பர்க் போய் அங்கே ரெண்டு நீக்ரோக்களுக்கு முமுக்ஷுப்படிக்கு அர்த்தம் சொல்லிக் கொடுத் தான்னா பார்த்துக்கங்களேன்!'

'அடடா, த்ஸொ, த்ஸொ!'

'உள்ளூர்ல கெட்டுக்கிடக்கு ஜனங்கள்! அவாளுக்கெல்லாம் அங்கே போனா ஒரு ரிவர்ஸல் மாதிரி வந்துடறது. பிட்ஸ்பர்க்ங் கிறது என்னவோ தேவலோகம்போல இருக்கு... ஊஞ்சல் என்ன, தேர் என்ன... பக்தி மேற்கே போயிடுத்து.'

'நீங்க போயிருக்கேளா?'

'போன ஜுலைல போயிருந்தோமே! அப்பதான் குளிர் இருக்காது!'

அப்போது நந்தினி உள்ளே வந்து இரண்டு தட்டுகளில் கேக்கும் மிக்ஸரும் கொண்டு வைத்து, 'மாமா, உங்களுக்கு காப்பில ஷுகர் போடலாமா?' என்று கேட்டாள்.

'வேண்டாம்மா!'

'உங்களுக்கு டயபடிஸா?' என்றார் நரசிம்மன்.

'மைல்டா இருக்கு. உங்களுக்கு?'

'எனக்கும் மைல்டுதான்.'

'பெரியவாளை சேவிம்மா.'

'அதெல்லாம் வேண்டாம். தீர்காயுசா இரும்மா... நீ என்ன படிச் சிருக்கே?'

'பி.எஸ்.ஸி. பாட்டனி!'

'மெடல்லாம் வாங்கியிருக்கா ரிபப்ளிக் டே பரேடில்... பரத நாட்டியம் சரசாகிட்ட எட்டு வருஷம் கத்துண்டா. நீடில் ஒர்க், க்ரோஷா எல்லாம் அப்படி செய்வா. ஆயில் பெயிண்டிங் பண்ணுவா... அதோ பாருங்கோ' என்று மான்குட்டி தோட்டத்தில் விளையாடும் சித்திரத்தைக் காட்டினார் நரசிம்மன்.

'சுரேஷ் லைக்ஸ் யு வெரிமச். ஹி வாண்ட்ஸ் டு டாக் டு யூ... உங்காத்து போன் நம்பர் என்ன?'

'போனுக்கு போட்டிருக்கு. இன்னும் வரலை. 'ஓ ஒய்ட்டி'யே நாலு வருஷமாகும்கிறா, என்ன கவர்ன்மெண்ட்!'

'என் ஷட்டகர் பி அண்ட் டில் இருக்கார். உங்க அப்ளிகேஷன் நம்பரைச் சொல்லுங்கோ!'

'போன் இருக்கட்டும். இப்ப என்ன ஏற்பாடு? ஒண்ணாம் தேதி பையனை அழைச்சுண்டு வர்றேளா?'

'ஆமாம். ஒண்ணாம் தேதி என்ன கிழமை?'

'திங்கள்... ராகுகாலம் விட்டு எப்ப வேணா வர்றோம். ஒரு ஃபார்மாலிட்டி மாதிரிதான். சுரேஷ் சரின்னுட்டான். உங்களுக்கு ஆட்சேபணை இல்லைன்னா உடனே சிம்பிளா ஒரு கல்யாணத்தை...'

நந்தினி, 'எக்ஸ்யூஸ்மி' என்று எழுந்து உள்ளே போனாள்.

'வெக்கப்படறா.'

'அவளும் பார்த்துப் பேசி சம்மதம் சொல்லட்டும். நம்ம டெசிஷனை ஃபோர்ஸ் பண்ண வேண்டாம்.'

'உங்க பையன் ஃபோட்டோ இருக்கா?'

'கொண்டு வந்திருக்கோமே!'

அதை வத்சலா வாங்கிப் பார்த்து நரசிம்மனிடம் காட்டி, 'நம்ம சம்பத் ஜாடையா இல்லை?' என்று கேட்டாள்.

'எந்த சம்பத்து?'

‘குளித்தலை சம்பத்து!’

‘சேச்சே.’

‘பின்னே யார் மாதிரி இருக்கார்?’

‘இவர் யார் மாதிரியாகவும் இல்லை...ஹி ஈஸ் எ ஹாண்ட்ஸம் பாய்! எங்க நந்தினி குடுத்து வெச்சவ...’

‘இப்பவே கம்பெனி வைஸ் பிரசிடெண்ட். கம்ப்யூட்டர் சம்பந்தமா பெரிய காண்ட்ராக்ட் கிடைச்சிருக்காம். கலிஃபோர்னியாவிலே நல்ல பேரு. ஒரு வருஷத்துக்குத் தொண்ணூறாயிரம் டாலர் வர்றது. வீடு வாங்கிட்டான். கார்லாம் தண்ணிப்பட்ட பாடு!’

‘இப்பக் கல்யாணம் ஆச்சுன்னா உடனே பெண்ணை அழைச்சுண்டு போகமுடியுமா?’

‘சில பேர் அப்படியும் பண்றா. ஸ்டூடண்ட் விசாவில் போய் அங்கே ஒரு சிவில் மேரேஜ் பண்ணி... அதுல கொஞ்சம் ரிஸ்க்குங்கறா!’

‘எல்லாம் அவன் வந்தப்புறம் விவரமாச் சொல்லுவான். வத்சலா உக்காருங்கோ. ஏதும் தாம்தூம்னு செலவு பண்ண வேண்டாம். எங்க வீட்டிலே மனுஷாள் அதிகம் கிடையாது. இவாத்தில பிரதர்ஸ், எல்லாரோடேயும் சண்டை. மிஞ்சி மிஞ்சிப் போனா இருபது முப்பது பேர்தான் வருவோம். அதனால சிம்பிளா உட்லண்ஸ்ல முடிச்சுடலாம். ரிசப்ஷன்கூட வேண்டாம்னுட்டான். ஆடம்பரமே வேண்டாம்... இப்படிக் கல்யாணத்துக்கு வீண் செலவு பண்ணியே ஐயங்கார் கம்யூனிட்டியே அழிஞ்சுண்டிருக்கு. அதனால...’

‘ஸாரி, எங்ககிட்ட வீண் செலவு பண்றதுக்குக் காசும் இல்லை. நான் ஒரு ரிடையர்டு சென்ட்ரல் கவர்மெண்ட் ஆபீசர், ‘அன்கர்ரப்ட்.’

‘நானும்தான்.’

‘அதனால ஏதோ எங்களால முடிஞ்சது.’

வத்சலா தொடர்ந்து, ‘காதுக்குத் தோடு பண்ணியிருக்கோம். இருபது சவரன் நகை, எங்கம்மா கொடுத்த வெள்ளிப்

பாத்திரங்கள் கொஞ்சம் இருக்கு. ஒரு செட்டு எவர்சில்வர் பாத்திரம். குத்துவிளக்கு, குடம்...சாந்தி கல்யாணக் கட்டில்...'

'கட்டில் எல்லாம் வேண்டாம்.'

'ஏதோ நாங்க பண்ணிப் போடறதைப் போட்டுடறோம். அதை வெச்சுக்கிறதோ, விட்டுடறதோ அவர் பாடு. எங்க பொண்ணு அப்புறம், அம்மா அப்பா இதைச் செய்யலை, அதைச் செய்யலைன்னு குறை சொல்லக்கூடாது பாருங்கோ!'

'தலையை கட் பண்ணிண்டுட்டாளா?'

'ஆமாம். நிறைய காடா வளர்ந்திருந்தது. பொடுகு ஜாஸ்தியாய்ப் போயி ஷார்ட்டா வெட்டிண்டுட்டா!'

'அதானே பார்த்தேன். போட்டோல பார்த்ததுக்கும் நேர்ல பார்த்ததுக்கும் கொஞ்சம் வித்தியாசமா இருந்தது.'

'ஜாதகம் பார்த்தேளா?'

'பார்த்தோம், நன்னாப் பொருந்தியிருக்கு.'

'அப்ப, ஏறக்குறைய பக்கா ஆன மாதிரிதான்!'

சுவர்க் கடிகாரம் மணி அடித்தது.

'ஆர் யூ ரெடி ஃபார் என் ஏர்லி மாரேஜ்?'

'நிச்சயம். என் பிரதர் இன்லா இண்டியன் ஏர்லைன்ஸ்ல இருக்கார். அவர் எல்லா ஏற்பாடுகளையும் பண்ணிடுவார். தை முதல் முகூர்த்தத்தில் முடிச்சுடலாம்.'

'வெரிகுட்.'

'அப்ப திங்கட்கிழமை...?'

'நாங்க ஸண்டே ஏர்போர்ட்டுக்கே வர்றோம் சார்.'

'எதுக்குச் சிரமம்?'

'எதுவும் சிரமம் இல்லை. பிரதர் இன்லா ஏர்லைன்ஸ்ல இருக்கறதால கஸ்டம்ஸ் கிளியரன்ஸ் எல்லாம் சுலபமா...'

'அப்ப வரட்டுமா?'

'நந்தினி, மாமா போய்ட்டு வர்றேங்கறார் பாரு.'

நந்தினி வெளியே வந்து நாயுடன், 'பை' என்றாள். அவள் இப்போது சட்டை பாண்ட் அணிந்திருந்தாள்.

வீடு திரும்பும்போது ராமநாராயணன், 'அந்தப் பொண்ணு பேசவே இல்லையே?'

'பேசாட்டி என்ன இப்ப? சித்துப்பண்ணி வெச்சாப்பல பளிச் சுன்னு சேப்பா அழகா இருக்கா. கிளி கொஞ்சறது மூஞ்சில. சுரேஷுக்கும் கச்சிதமாப் பொருந்தும்! அமெரிக்கால ஃபேஷனா இருக்கறதுக்குத் தோதுப்படும்!'

நரசிம்மன் வத்சலாவிடம் 'என்ன சொல்றே?'

'என்னத்தைச் சொல்றது? இதைவிட நல்ல இடம் நமக்குக் கிடைக்காது. எப்படியாவது இந்தப் பையனை...!'

'நந்தினி ஒப்புத்துப்பாளா?'

'அமெரிக்காங்கிறதால ஒத்துப்பா!'

'அதை அவாகிட்ட சொல்ல வேண்டாமா?'

'எதை?'

'டில்லியில ஒரு மாசமா உம் பொண்ணு அந்தப் பஞ்சாபிப் பையனோட...'

'நீங்க பேசாம இருங்கோ. அது முடிஞ்சு போன கதை...'

'அதை அவாகிட்டச் சொல்லவேண்டாமா?' என்றார் ராம நாராயணன்.

'எதை?'

'அமெரிக்காவில் உன் பையன் நீக்ரோ பெண்ணைக் கல்யாணம் பண்ணிக்கிட்டு டைவோர்ஸ் வாங்கினதை...'

'நீங்க பேசாம இருங்கோ. அது முடிஞ்சு போன கதை...!'

2

புது மோதிரம்

பத்மாவதியும் சீனிவாசனும் 'வின்ஸர் மேவர்' ஓட்டலின் 'லாபி'யில் காத்திருந்தார்கள். லதா உள்ளேயே இருந்த புத்தகக் கடையில் நின்று கொண்டு பொம்மை பார்த்துக் கொண்டிருந்தாள். காலை பத்து மணி சுமார் இருக்கும். லிஃப்ட்டின் மேல்விளக்கு சிமிட்டிவிட்டுச் சந்தன நிறக்கதவு திறந்து வெள்ளைக்காரர்களுக்கு மத்தியில் டைரக்டர் குள்ளமாக வெளிவந்தார். சலவைத் தூய வெண்மையில் சட்டை வேட்டி அணிந்து அவர்களை நோக்கி வந்தார். சீனிவாசன் எழுந்து அவர் கரத்தைப்பற்றி லேசாகக் குலுக்க, பத்மாவதி வணங்கினாள்.

'உட்காருங்க, நீங்கதானே சேஷாத்ரி அனுப்பிச்சது?'

'ஆமா சார். எம் பேர் சீனிவாசன். எல்.ஐ.சி.யில் இருக்கேன். திஸ் ஈஸ் மை ஒய்ஃப்!'

'டாட்டரைக் கூட்டிட்டு வரலீங்களா?'

'வந்திருக்காளே... லதா!' சீனிவாசன் மகளை அழைத்துவரச் செல்ல, 'உக்காருங்க... முதல்ல உங்களுக்குத்தானோன்னு தோணிச்சு. மனைவின்னு அறிமுகப்படுத்தினதும்தான்... உங்களுக்கு மகளா?'

'லதா அதற்குள் வந்துவிட, 'திஸ் ஈஸ் லதா.... லதா திஸ் ஈஸ் ஃபேமஸ் டைரக்டர், நான் சொல்லலை?'

'ஹாய்!'

'தமிழ் பேசுவீங்களா?'

'பேசுவேனே!'

'படிக்கத்தான் வராது. முழுக்க கான்வெண்ட்ல படிச்சதினால.'

'ஜோக்ஸ் படிப்பேன் மம்மி.'

'எழுத்துக் கத்துக் கொடுத்திருக்கேன்.'

'ஏதாவது சாப்பிடறீங்களா? உக்காருங்க.' பத்மாவைப் பார்த்து, 'நீங்களே நடிக்கலாம் போல் இருக்கே?' என்றார்.

பத்மா சற்று வெட்கப்பட்டுக் கணவனைப் பார்க்க, சீனிவாசன், 'என்னைப் பல பேர் உங்களுக்கு ரெண்டு டாட்டரான்னு கேட்டிருக்காங்க.'

'என்னைப்பற்றி உங்களுக்குத் தெரியுமில்லை?'

'ஓ! நன்னாவே தெரியும்.'

'லதாவைப் பார்த்து, 'நீங்க என் படம் ஏதாவது பார்த்திருக்கீங் களா?'

லதா தன் தாயைப் பார்க்க, 'பார்த்திருக்கோம். பார்த்திருக்கோம். அது என்ன படம்னா? ஹீரோயின் கல்யாணமே வேண்டாம்பா... சின்ன வயசில...'

'நீங்க 'புதுப்புனலை' சொல்றீங்க. அது வேற டைரக்டர். என் படம் 'விரோதிகள்'னு. இந்த ஊர்லகூட நட்ராஜ்ல ரொம்ப வாரமா ஓடிக்கிட்டு இருக்கு.'

'டாடி 'விரோதிகள்' நாம பார்த்தமே, கோவால ஹெலிகாப்டர்... கமல் எல்லாம் வந்து.'

'அது வெற்றி விழா'ங்க. நான் சொல்றது... விட்டுடுங்க. நீங்க என் படம் எதுவும் பார்க்கலைன்னு தோணுது. ஆனால் நடிக் கிறதுக்கு முன்னாடி உங்க பெண் என் படம் ஒண்ணாவது பார்த்தே ஆகணும்.'

'இன்னிக்கே பார்த்துடறோம்.'

டைரக்டர், பத்மாவைப் பார்த்து, 'உங்க பெண்ணுக்கு டான்ஸ் ஏதாவது சொல்லித் தந்திருக்கீங்களா?'

'சின்ன வயசிலேருந்து பரதநாட்டியம் சொல்லிண்டிருந்தா. அரங்கேற்றம் ஆயி டி.வி.ல கூட ஆடியிருக்கா.'

'என்ன உயரம்?'

'5-6 சார்' என்றாள் லதா.

'தமிழ் சினிமாவுக்குக் கொஞ்சம் அதிக உயரம். உங்களைப்போல உங்கள் டாட்டரும்!'

'எங்க அப்பா வழியில் எல்லோருமே உசரம். இவாத்திலதான் கச்சல்!'

'மிஸ்டர் சீனிவாசன், உங்க மாதிரி நல்ல குடும்பங்களைச் சேர்ந்த வங்க எங்க பக்கம் வர்றது எங்களுக்கெல்லாம் எவ்வளவோ மகிழ்ச்சி. சினிமாக்காரங்க அத்தனை பேரும் கெட்டவங்கன்னு ஒரு அபிப்பிராயம் பரவலா இருக்கு. அதை நீக்க மரியாதைக்கும் மதிப்புக்கும் உரிய குடும்பங்களைச் சேர்ந்தவங்க ஃபீல்டுக்கு வரணும். சினிமாவில நடிக்கிறதுங்கறது ஒரு பாங்க் உத்தி யோகம்போல மரியாதைப்பட்ட தொழிலா மதிக்கப்பட வேணும். அதனாலதான் உங்க மாதிரி உள்ளவர்களை நாங்க பெருவாரியா வரவேற்கிறோம். உங்க டாட்டரை ஒரு ஸ்கிரீன் டெஸ்ட் எடுத்துரலாம். நீங்க சென்னைக்கு வர முடிஞ்சா நல்லது.'

'எப்ப சொல்லுங்கோ. அப்ப வர்றோம்.'

டைரக்டர் தம் கைக்கடிகாரத்தைப் பார்த்து, 'என் ஷெட்யூலைப் பார்த்துச் சொல்லணும். நீங்க எதுக்கும் மத்தியானம் ஒரு மணிக்கு போன் பண்றீங்களா. ரூம் நம்பர் முப்பது நாப்பது.'

'சரி சார். சான்ஸ் இருக்கா? என்ன தோணறது?'

'நான் எதுவும் ப்ராமிஸ் பண்ண முடியாது. பொதுவா ஓகேன்னு சொல்ல முடியும். உயரம் கொஞ்சம் அதிகம். ஏன்னா ஹீரோ கொஞ்சம் ஷார்ட். 'க்ளோஸ் அப்'ல கொஞ்சம் பாலன்ஸ் பண் ணிடலாம். அதுக்கு முன்னால சில பயிற்சிகள் தேவைப்படும். உங்க மக நடந்து வர்றப்ப கொஞ்சம் அழுத்தமா மாஸ்குலைனா

இருந்தது. அதைத் திருத்திக்கணும். வேற வேற காஸ்ட்யூம்ஸ் போட்டுப் பார்க்கணும். எடுக்கிறது பெரிய படம். புது முகத்தைத் தான் ஹீரோயினாப் போடறதுன்னு தீர்மானிச்சாச்சு. இதுவரை எட்டு ஒன்பது பெண்களைப் பார்த்துட்டோம். ஒண்ணும் சரிப்பட்டு வரலை. முதமுதலா 'பளிச்'சுன்னு ஒரு பெண்ணைப் பார்க்கறோம்னா அது உங்க பெண்தான். அப்படியே உங்க மாதிரியே முகங்க! அக்கா தங்கச்சினுதான் சொல்லுவாங்க!'

சீனிவாசன், 'எப்படியாவது சான்ஸ் கிடைச்சா இவதான் அதிகமாச் சந்தோஷப்படுவா' என்றார்.

பத்மாவதி, 'ஆமாம் சார். எனக்குப் பதினேழு வயசிலே கல்யாணம், பத்தொன்பது வயசிலே இவ பொறந்தாச்சு.'

'அதான் பார்த்தேன். உங்களுக்கே வயசாகலை இன்னும்.'

'சின்ன வயசிலேயே என்னை ரொம்ப ஃப்ரீயா வளர்த்தா. எங்கப்பா பெரிய வக்கீல் சேலத்தில. பாட்டு கிளாஸ், பெயிண்டிங் கிளாஸ், டான்ஸ் கிளாஸ்னு போயிண்டிருப்பேன். கல்யாணம் ஆச்சு. இவா ஃபேமிலியே வேற ரொம்ப கெடுபிடி. அடக்கம். இவா ஃபேமிலிக்கு வந்தப்புறம் மாமியாரும் நாத்தனாரும் ஒண்ணுமே கூடாதுன்னுட்டா. மாமனார் பூச்சி, எனக்கு எல்லாமே முடிஞ்சு போச்சு. அதனாலதான் என்னால சாதிக்க முடியாததையெல்லாம் என் மனசுக்குள்ளே இருக்கிற ஆசையையெல்லாம் என் டாட்டர் மூலமா நிறைவேத்திக் கணும்னு ஒரு மாதிரி வெறி சார்! முதல் காரியமா இவரை நச்சரிச்சுப் பெங்களூருக்கு மாற்றல் வாங்கிண்டு வந்துட்டோம். செலவானாலும் ஆறதுன்னு... இவளை நல்ல கான்வெண்டுக்கு அனுப்பிச்சு...'

'ஒரே பெண்ணா?'

'ஆமாம் சார்.'

சீனிவாசன், 'அதுக்காக எங்காத்தில சண்டையே போட்டாச்சு! அண்ணாகூட.'

'இவர் அப்பிராணி. எதுவும் அதட்டிக் கேட்கவே மாட்டார். கூடப்பிறந்தவா இவர் தலையில் மிளகாய் அரைப்பா. காட் டிண்டே இருப்பார்.'

'அதெல்லாம், சாருக்கு எதுக்கு... நம்ம ஃபேமிலி மேட்டர்ஸ்?'

டைரக்டர் எழுந்து, 'அப்ப ஒரு மணிக்கு போன் பண்ணுங்க. மெட்ராஸ் எப்ப வர்றதுன்னு சொல்லிடறேன்.' பத்மாவதியைப் பார்த்து, 'நீங்க கவலைப்படாதீங்கம்மா. உங்க ஆசைகள் நிறைவேற என்னால இயன்றதைச் செய்யறேன்.'

மூவரும் ஓட்டலைவிட்டுப் புறப்பட்டு ஸாங்கே ரோடு வந்து ஆட்டோ தேடினார்கள்.

'நல்ல மனுஷன்' என்றார் சீனிவாசன். 'சட்டுன்னு படம் பேர் வரலை பார்த்தியா?'

'பெரிய டைரக்டராம். இதுவரை எட்டுப் படம் எடுத்திருக்கா. அத்தனையும் 'ஹிட்'டாம்.'

'மம்மி, அந்த 'பொட்டிக்'ல பர்ப்பிள் யெல்லோ டிரஸ் ஒண்ணு வெச்சிருந்தது. பார்த்தியோ. ஃபாபுலஸ்!'

'சான்ஸ் குடுப்பாங்கிறியா பத்மா?'

'குடுத்துடுவான். ஸ்ரீதேவி மாதிரி வரப்போறா பாருங்கோ.'

'என்ன லதா?' என்று தலையைத் தட்டிக் கொடுத்தார்.

'எனக்கு சினிமாவில ஆசையே இல்லைப்பா. போறும்!'

'அதானே...' என்று சீனிவாசன் பத்மாவதியைப் பார்க்க, 'அதெல்லாம் இல்லை. இவளை எப்படியாவது தலையால, தண்ணி குடிச்சாவது படத்தில சான்ஸ் வாங்கிக் கொடுக்கப் போறேன். வாழ்க்கையில் நான் ஒருத்தி கஷ்டப்பட்டது போதும். உங்கம்மாவோட அடுப்படியிலே கத்திரிக்கா வதக்கல் கறி, கோஸ்மரின்னு வேளா வேளைக்குப் பதினஞ்சு வருஷமா சமைச்சுப் போட்டுட்டு என் எல்லாத் திறமையையும் மறந்து போய்... போதும், எம் பொண்ணு என் மாதிரி கஷ்டப்பட வேண்டாம்! உங்க அத்தையும் பாட்டியும் சேர்ந்துண்டு சமையல் உள்ளே என்னை ரேக்கிண்டு இருப்பா நாள் பூரா. உங்க அப்பா பாட்டுக்குப் புத்தகம் படிச்சுண்டு இருப்பார். எத்தனை பாத்திரம் தேச்சாச்சு. எத்தனை பேருக்குச் சமையல் பண்ணியாச்சு...? எத்தனை அபார்ஷன்!'

'சும்மா எக்ஸாஜிரேட் பண்ணாதே. ஒரே ஒரு தடவைதான் ஆச்சு! அதுவும் நீயா வேண்டிக் கேட்டுண்டது...'

'வேண்டாம்பா, நான் பட்ட கஷ்டம்... என் பொண்ணுக்கு வேண்டாம்.'

'மம்மி, இதையெல்லாம் எங்கிட்ட எதுக்குத்தான் சொல்றியோ?'

'நீயும் தெரிஞ்சுக்கணும். நீ குழந்தை இல்லை. உனக்காக உங்கம்மா சின்ன வயசிலே கஷ்டப்பட்டது விட்டுக் கொடுத்தது விவரம் தெரிய வேண்டாமோ!'

'தெரிய வேண்டாம்...'

'அப்ப இந்த சான்ஸ் வேண்டாமா?'

சீனிவாசன், 'அப்படி யார் சொன்னா? முதல்ல சான்ஸ் கிடைக் கட்டும்.'

'முதல்ல ஆட்டோ கிடைக்கட்டும்' என்றாள் லதா.

அங்கிருந்து சீனிவாசன் ஆபீஸ் போய்விட்டார். லதா டான்ஸ் கிளாஸுக்குப் போய்விட்டாள். பத்மா சரியாக ஒரு மணிக்கு டைரக்டருக்குப் போன் செய்தாள்.

'யாரு?' என்றார் டைரக்டர், குரலில் பரிச்சயம் காட்டாமல்.

'கார்த்தாலே வந்தோமே, மிஸஸ் சீனிவாசன்.'

'ஓ! அந்த உயரமான பொண்ணு, உயரமான தாய்!'

'ஆமாங்க!'

'என்ன விஷயம்?'

'நீங்கதான் ஒரு மணிக்கு போன் பண்ணச் சொன்னீங்க!'

'ஓ! ஆமாம், ஆமாம்!' கொஞ்ச நேரத் தயக்கத்துக்குப் பின், 'ஒண்ணு செய்யுங்க, உங்களால் இங்கே வர முடியுமா, மறுபடி?'

'எப்ப?'

'உடனே, ஏன்னா ப்ரொட்யூஸரும் அவர் மனைவியும் வர்றாங்க. உங்க மகளையும் புருஷனையும் கூட்டிக்கிட்டு உடனே வந்தீங் கன்னா அவங்க ஒருமுறை பார்த்துட்டு ஓகே சொல்லிட்டாங் கன்னா அக்ரிமெண்ட்கூடப் போட்டு வாங்கிடலாம்.'

‘ஸ்கிரீன் டெஸ்ட்?’

‘அது அப்புறம் மெட்ராஸ்ல வெச்சுக்கலாம். எனக்கு என்னவோ உங்க டாட்டர் ஃபேஸ் செட் ஆயிடும்னு தோணுது. டி.வி.ல டான்ஸ் ஆடினான்னீங்களே, அது காஸட் இருக்கா?’

‘இல்லையே!’

‘பரவாயில்லை. நீங்க அவங்களை அழைச்சுக்கிட்டு உடனே வாங்க.’

பத்மாவதி தன் கணவனின் அலுவலகத்துக்கு போன் செய்து லதாவை டான்ஸ் கிளாஸிலிருந்து அழைத்துக்கொண்டு நேராக ஓட்டலுக்கு வந்து சேரும்படி சொன்னாள்.

பத்மாவதி 3040-ம் நம்பர் அறையின் கதவைத் தட்டியபோது டைரக்டர்தான் திறந்தார்.

‘அவங்க வரலை?’ என்றார் டைரக்டர் சற்று திகைத்து.

‘போன் பண்ணியிருக்கேன். வந்துடுவாங்க.’

‘ஒரு நிமிஷம் சட்டை மாத்திட்டு வந்துடறேன். ப்ரொட்யூசரும் அவங்க மனைவியும் மற்றொரு ரூமில் தங்கியிருக்காங்க. எல்லோரும் போகலாம். உட்காருங்க.’

‘பரவாயில்லை.’

அறையில் பிரம்புத்தட்டில் நிறைய பழங்களும் பாட்டிலும் இருப்பதைப் பார்த்தாள். டி.வி. மௌனமாக பிம்பங்களை மாற்றிக் கொண்டிருந்தது. ‘உங்க பேர் கேட்டு வெச்சுக்கலை’ என்று ஒரு ஜிப்பா அணிந்துகொண்டார்.

‘மிஸஸ் சீனிவாசன்.’

‘மிஸஸ்ஸை விடுங்க. அப்பா அம்மா வெச்ச பேரு.’

‘பத்மா, பத்மாவதி.’

‘பத்மா! உங்க டாட்டருக்கு நல்ல எதிர்காலம் அமைக்க உங்க கிட்ட இருக்கிற ஆர்வத்தை நான் பாராட்டறேன். நீங்க சொன்னது மனசில ஆழமாப் பதிஞ்சுடுத்து. உங்க பெண்ணுக்கு

சினிமாவிலே சான்ஸுக்காக நீங்க என்ன வேணாலும் செய்வீங்க, இல்லே?'

பத்மா டைரக்டரை நிமிர்ந்து பார்த்தாள். 'நம்ம பிரயத்தனத்தில் முடிஞ்சது என்ன வேணாலும் செய்யலாம். கடவுள் கடாட்சம் ஒண்ணு இருக்கு இல்லையா?'

'நான் அதைச் சொல்லலை.'

'பின்னே?'

டைரக்டரின் முகம் சற்றே அசட்டுத்தனமானதாயிற்று. குரலும் தளர்ந்தது. முதல் வரி சரியாகக் கேட்கவில்லை.

'உங்க விருப்பமில்லாம நான் எதுவும் செய்ய விரும்பலை. உங்களுக்கு இஷ்டம்னா கதவை உள்பக்கம் சாத்திக்கலாம். இல்லை கதவு திறந்தே இருக்கு.'

பத்மாவதியின் மேலுதட்டில் சற்று வியர்த்தது. மறுபடி ஒரு முறை டைரக்டரை நிமிர்ந்து பார்த்தாள். மூக்குக் கண்ணாடியில் லேசாகக் கறுப்பு ஏறியிருந்தது. முகத்தில் சிறு வயது அம்மைத் தழும்புகள் பாக்கியிருக்க தலை படிய வாரி ஜிப்பா கழுத்தில் திறந்து அதில் சங்கிலி தடிமனாகத் தெரிந்தது. அயல்நாட்டு வாசனை விரவியிருந்தது. ஒரு விரலில் இரண்டு மோதிரங்கள் போட்டிருந்தார்.

பத்மாவதி கீழே லாபிக்கு வந்தபோதுதான் சீனிவாசனும் லதாவும் வந்து சேர்ந்தார்கள்.

'மோதிரம் புதுசாம்மா?' என்றாள் லதா.

'ஆமாம். உனக்காக.'

3

'தர்ட்டி ஃபார்ட்டி'

நஞ்சுண்டராவுக்கு உயிர் வாழ்வதின் அர்த்தம் கிடைத்து விட்டது. பி.டி.ஏ. அலுவலக சிவண்ணா விடமிருந்து போன் வந்துவிட்டது. ஆபீசுக்கு அரை நாள் லீவு போட்டுவிட்டு உடனே புறப்பட்டார். மனைவியிடம் நேற்றைக்குத்தான் சொல்லிக் கொண்டிருந்தார். 'எனக்கு என்னவோ இந்த முறை கிடைத்துவிடும் போல இருக்கிறது கோதாவரி.'

'ஏதோ ராகவேந்திரர் கிருபை இருந்தால் கிடைக் கும்' என்றாள் அவள்.

பெங்களூரில் பெரும்பாலான குடும்பத் தலைவர் களின் கனவுகளில் முதல் ஸ்தானம் வகிப்பது 'பி.டி.ஏ ஸைட்' என்று சொல்லப்படும் வீட்டுமனை கிட்டுவதுதான். நகரத்தை மைசூர் பாகுபோல் கூறு போட்டு வீட்டு வசதி வாரியம் ஆயிரக்கணக்கான மனைகளை ஒதுக்கீடு செய்தாலும் நகர மக்களின் மனையாசையைத் திருப்தி செய்ய இயலவில்லை. ஆர்ட்டி நகர், ஜே.பி. நகர், பரமேசுவர நகர், விஜய நகர், பணசங்கரி, மடிவாலா, கோரங்களா, கோடி ஹள்ளி என்று பெயர் வைத்து மாளவில்லை. நகர மையத்திலிருந்து இருபத்தைந்து கிலோ மீட்டர் வரை பரந்து விரிந்திருப்பினும் இன்னும் இன்னும் என்று நகர மக்கள் மனைப்பசி தீராமல் கேட்டுக் கொண்டே இருந்தார்கள்.

ஒரு தர்ட்டி ஃபார்ட்டி சைட்டு, அதில் ஒரு தென்னை மரம், ஒரு வீடு, நெருப்புப்பெட்டிபோல் ஒரு ஹால், கிச்சன், பெட்ரூம், பூஜா ரூம்... இது போதும், பெங்களூர் வாசியின் ஆத்ம சாந்திக்கு.

நஞ்சுண்டராவ் இதுவரை ஆறு முறை மனு செய்தும் மனை கிட்டாதவர். இந்த முறை அழைப்பு வந்து, தேவகட்டளை போல இனித்தது.

பி.டி.ஏ. அலுவலகத்தில் சிவண்ணாவின் மேசையைத் தேடிக் கண்டுபிடிப்பதற்குள் இரண்டு மணியாகிவிட்டது.

'வாரும் ராயரே, உங்களைப்பற்றி நம்ம ரங்கநாத்தான் போன் பண்ணியிருந்தார்.'

'அவுது அவுது' என்று தலையாட்டி ஆர்வத்துடன் காத்திருந்தார் நஞ்சுண்டராவ்.

'உங்க அப்ளிகேஷன் நம்பர் என்ன?'

ராவ் பி.டி.ஏ. அனுப்பியிருந்த அஞ்சல் அட்டையைக் காட்டினார். அதை அவர் ஒருமுறை பார்த்துவிட்டு, 'இது இப்ப அலாட் ஆறதில்லை' என்றார்.

'பின்னே எதுக்கு அழைத்தீர்கள்?' என்றார் நஞ்சுண்டராவ் ஏமாற்றத்துடன்.

'ஒரு கார்னர் சைட், பி எஸ் கே தர்ட் ஸ்டேஜில் இருக்கு. வேணுமா?'

'எத்தனை?'

'என்ன, ஒரு அறுபதாயிரம்தான். தர்ட்டி ஃபார்ட்டி.'

'அறுபதாயிரமா?'

'அந்த ஏரியாவில் சைட்டு என்ன விலை தெரியுமா? ரெண்டு லட்சம்! நல்ல ஷகரான இடம். முதல்ல சைட்டைப் பாருங்க!'

'அலாட்மெண்ட் எம்பேர்ல வருமா?'

'அதெல்லாம் பார்த்துக்கலாம், ஆக்ஷன் சைட்ன்னு இப்ப மாற்றா விட்டாலும் டாகுமெண்ட்ஸ் எல்லாம் உங்ககிட்ட கொடுத்துப்

போஸ்ட் டேட் பண்ணி ட்ரான்ஸ்பர் டாகுமெண்ட்ஸ்ல கையெழுத்துப் போட்டு' அவர் இந்தப் பக்கம் அந்தப் பக்கம் பார்த்துச் சொன்னார். 'பார்ட்டி பம்பாய்ல செட்டில் ஆய்டறாங்க. கல்யாண அவசரமா விக்கறாங்க. இல்லைன்னா அறுபதாயிரத்துக்கு ஒப்புத்துக்க மாட்டார். முதல்ல சைட்டைப் பாருங்க. கிருஷ்ணப்பா! இவரோட போய்க் காட்டுப்பா. பிடிச்சிருந்தா காதும் காதும் வைத்தாப்பல காரியத்தை முடிக்கலாம்.'

'பக்காதானே?'

'ஸ்வாமி! நான் பி.டி.ஏ. ஆள். ரங்கநாத் சொன்னாரே என்று உங்களுக்கு உதவி பண்ணப் போறேன். இப்ப நீங்க இல்லைன்னா எட்டுப் பேர் காத்திருக்காங்க முழுத்தொகையோட...'

நஞ்சுண்டராவ் 'இதோ இப்பவே போறேன்' என்றார்.

'சைட்டைப் பார்த்துப் பிடிச்சிருந்தால் ரெண்டு நாளில் பணம் கொடுக்க வேண்டி வரும். டாக்குமெண்ட்ஸை வாங்கிண்டு பணம் கொடுத்தால் போதும்.'

'கிருஷ்ணப்பா, சர்வே, பிடிஏ நம்பர் எல்லாம் சரியாப் பார்த்து வெச்சுடு. அண்ணாவைக் கொண்டு காட்டு' என்றார்.

'செலக்ட் ஆனால் கிருஷ்ணப்பாவுக்குக் காப்பிக்கு ஏதாவது கொடுங்கள். சந்தோஷப்படுவான்.'

அனுமந்த நகர், பணசங்கரி முதல் ஸ்டேஜ் தாண்டி ஒரு கோடியில் இருந்தது அந்தப் பிரதேசம். இங்கொன்றும் அங்கொன்றும் வீடுகள் முளைத்திருந்தன. அதில் சர்வே நம்பர், சைட் நம்பர் எல்லாம் குழப்பமாகத்தான் இருந்தன.

'பொட்டலாக இருக்கும்போல' என்றாள் மனைவி.

'எல்லாக் காலனியும் ஆரம்பத்திலே அப்படித்தான் இருக்கும். ஒரு பர்லாங் நடந்தால் மெயின் ரோடு, கடை கண்ணி, பள்ளி, போஸ்ட் ஆபீஸ் எல்லாம் இருக்கிறது' என்றார் கிருஷ்ணப்பா.

'ஒரு வருஷத்தில் இந்த ஏரியாவில் ஒரு தியேட்டர், ஒரு ஜூனியர் காலேஜ் வருகிறது. பஸ் ரூட் நாற்பத்து மூணு பத்து நிமிஷத்துக்கு ஒரு பஸ் போகிறது. பக்கத்து கிராமத்திலிருந்து ஏராளமாகப் பாலும் காய்கறிகளும் கிடைக்கும்.'

'அப்படியா?'

'அறுபதாயிரத்துக்கு தர்ட்டி ஃபார்ட்டி ரொம்ப மலிவு! கார்னர் சைட்டு. அயனான சைட். அடுத்தது எண்பதடி ரோடு. பாருங்கள். இப்போதே விளக்குப் போட்டு விட்டார்கள். சரியாகப் பார்த்துக் கொள்ளுங்கள். இதுதான் சைட்டு.'

சொன்னது போல நல்ல மனைதான் அது. சமனமாக நிலம். வெள்ளைக்கற்கள் வைத்து... நஞ்சுண்டராவின் கனவுகளுக்கு ஏற்ப...

நஞ்சுண்டராவ் அப்போதே, 'இங்கே கிச்சன், இங்கே பெட்ரூம், இங்கே பூஜை ரூம்' என்று மனசுக்குள் கட்டத் துவங்கிவிட்டார்.

வீட்டுக்குத் திரும்பிய போது, 'இந்த மாதிரி சான்ஸ் கிடையாது. விசாரித்துப் பார்த்துவிட்டேன். அங்கே தர்ட்டி ஃபார்ட்டி ஒண்ணரை லட்சத்துக்குக் குறையாதாம்.'

'நமக்கு மட்டும் எதற்கு அறுபதாயிரத்துக்கு கொடுக்கிறார்களாம்?' என்றாள் மனைவி.

'ரங்கநாத் மூலமாகப் போனதால்தான்.'

'எனக்கு என்னவோ அப்படித் தோணவில்லை. நீங்கள் எதற்கும் வக்கீல் மாமாவிடம் ஒரு வார்த்தை கேட்டுவிடுங்கள். வில்லங்கம் ஏதாவது இருக்கப் போகிறது.'

ராத்திரி வக்கீலைப் பார்த்தபோது, 'டாக்குமெண்ட்ஸ் வாங்கிக் கொண்டு ஒரு ப்ராமிஸரி நோட்டு, அறுபதாயிரத்துக்குப் பக்கா ரசீது, போஸ்ட் டேட் பண்ணிய ட்ரான்ஸ்பர் டாக்குமெண்ட்ஸ், அதுகூட வேண்டாம். பத்திரம் நம் கையில் வந்தால் போதும்' என்றார். 'பெங்களூர் இது சகஜம். நானேகூட இப்படித்தான் சைட் வாங்கினேன்' என்றார் வக்கீல் சோமப்பா.

'ஆனால் அறுபதாயிரத்துக்கு முப்பது நாற்பதா... அதுவும் பண சங்கரியில்! நம்ப முடியவில்லை!' என்றார். 'எதற்கும் பணம் கொடுத்தவுடன் நாலு பாறைக் கம்பம் நட்டு, முள்வேலி போட்டுவிடு! இல்லாவிடில்... குடிசை கிடிசை போட்டிருந்ததா மனையில்...'

'அதெல்லாம் இல்லை!'

மத்யமர் ♦ 29

'அறுபதாயிரமா? ரொம்ப சீப்!'

மறுநாள் ப்ராவிடண்ட் பண்டில் லோன் எடுத்தார். யூனிட் பத்திரங்களின்மேல் லோன் போட்டார். தம் மனைவியின் நகைகளின்மேல் சிக்பேட்டையில் கடன் வாங்கினார். பெண் சாவித்திரியின் கல்யாணத்துக்கு சேர்த்து வைத்திருந்த எஃப்.டி. யின் பேரில் நாற்பதாயிரம் எடுத்து நிரப்பி அறுபத்து ஐயாயிரம் சேகரித்துவிட்டார். சிவண்ணாவின் வீட்டுக்கு எடுத்துச் சென்றார்.

சிவண்ணா, கொடுத்த பணத்துக்குப் பவர் ஆஃப் அட்டார்னி சார்பாக ரசீது கொடுத்துவிட்டு, 'பம்பாய்க்காரனின் அலாட் மெண்ட் காகிதங்களையும் கையோடு கொடுத்து விட்டார். நஞ்சுண்டராவ் வக்கில் சோமப்பாவை உடன் அழைத்து வந்திருந் ததால், அவர் காகிதங்களைப் பார்த்து, 'ஆல் இன் ஆர்டர்' என்று சொல்லிவிட:

சிவண்ணா, 'இதுவரை முப்பது பேருக்கு சைட் வாங்கிக் கொடுத் திருக்கிறேன். அதை ஒரு பொதுநலச் சேவையாகவே செய்கி றேன்' என்று காப்பி டிபன் கொடுத்தார். வக்கீல், 'நஞ்சுண்டா! நீ ரொம்ப லக்கி! அனுமாருக்கு அர்ச்சனை பண்ணி விடு' என்றார்.

ஒரு வாரத்துக்குள் சைட்டில் வேலி போடச் சென்றபோது, அதே இடத்தில் வேறு ஒருவர் வேலி போட்டுக்கொண்டிருந்தார். நஞ்சுண்டராவ் திடுக்கிட்டு அருகில் சென்று விசாரிக்க, ஓனர் எதிர் பஸ் ஸ்டாண்டிலிருந்து வருவதற்காகக் காத்திருந்ததில் அவருக் குக் காட்டப்பட்ட மனை அது இல்லை என்றார். சர்வே நம்பர் பார்த்து, 'இது அடுத்த மனை' என்றார்.

அடுத்த மனையைப் பார்த்தால் அதன் நட்ட நடுவில் பெரிய பாறையிருந்தது. பார்த்தால் சைட் போலவே தோன்றவில்லை. ஒரு சின்னக் குன்றுபோல இருந்தது.

'சிவண்ணான்னு பி.டி.ஏ.ல ஒருத்தர் இந்த மனை, கார்னர் சைட்டைக் காட்டினாரே?'

'இந்த சைட்டையா? கார்னர் சைட்டையா? சுவாமி, ஏமாந்து போயிருக்கீங்க, இந்த மனை அஞ்சு வருஷமா எம் பேரில் பக்காவா அலாட் ஆனது. நேத்துத்தான் யாரோ தப்பா இதைப் பார்த்துக்கிட்டு இருந்தாங்கன்னு சொன்னதும் வேலி போட

வந்தேன். சரியாப் பாருங்க. உங்க சர்வே நம்பர் இந்த கல் குன்று. ஒரு நிமிஷம்! உங்களுக்கு விற்றதும் பம்பாய் பார்ட்டியா?'

'ஆமாம்.'

'புரியறது! எத்தனை கொடுத்தீங்க?'

'அறுபதாயிரம்.'

'அய்யோ! அய்யா என்கிட்ட இதே சைட்டு வந்தது! முப்பதுக்கு மேலே கிடையாதுன்னுட்டேன். சுவாமி, இந்தக் கல்லைப் பேர்க்கவே நாற்பதாயிரம் செலவாகுமே! எப்படி ஏமாந்தீர்?'

நஞ்சுண்டராவ் சரியாகப் புரியாமல் மறுபடி சிவண்ணாவிடம் மறுதினம் சென்றபோது சிவண்ணா வீட்டில் இல்லை. பம்பாய் போயிருப்பதாகத் தெரிந்தது. ஒரு வாரம் ஆகும் என்றார்கள். பி.டி.ஏ. போனபோது, கிருஷ்ணப்பா தென்பட, அவரை விசாரித்ததில், 'அப்படியா?' சர்வே நம்பர் தப்பா?' என்றார்.

'அப்படித்தான் போலிருக்கிறது. நீங்கள் காட்டிய சைட்டு வேறு நம்பர். ஓனரே சொன்னார்.'

'நான் விசாரிக்கிறேன். கவலைப்படாதீங்க. சைட்டு இருக்கில்லை?'

'சைட் இருக்கு. ஆனா அதில வீடு கட்ட முடியாது!'

'ஏன்?'

'வெறும் பாறை!'

'அதுக்கென்ன... லேசா உடைச்சுட்டா போறது...'

'அது வேற பேச்சு. நீங்க காட்டின சைட்டு தப்பு! அதைப் பார்த்துத் தான் பணம் கொடுத்தேன்.'

'அப்ப அது வேண்டாமா உங்களுக்கு?'

'என் பணம் வேண்டும்.'

'பணம் எங்கேயும் போகாது. சிவண்ணா வந்ததும் சொல்கிறேன்.'

தினம் போன் பண்ணியதில் சிவண்ணா ஊரிலிருந்து வரவில்லையென்றே சொன்னார்கள். வக்கீலிடம் போய்க் கேட்டபோது,

லீகலாக செய்ய முடியாது. பக்கத்து சைட்டாக இருந்தால் என்ன, தர்ட்டி ஃபார்ட்டி சீப்தானே...' என்று அபிப்பிராயம் சொன்னார்.

'பக்கத்து சைட்டில் ஒரு பெரிய பாறை குன்றுபோல இருக்கு வக்கீல் சார்!'

'அப்படியா? ஏமாத்திட்டானா? அடப்பாவி! சிவண்ணாவைக் கேட்டீங்களா?'

'அவன் ஊரிலேயே இல்லை. தினம் போன் பண்ணுகிறேன்!'

'போன் பண்ணாதீர்! அறிவிப்பில்லாமல் நேரே போய்ப் பாரும்.'

அப்படிப் பார்த்ததில் சிவண்ணா சிக்கிக் கொண்டார்.

'வாங்க, ராவ் - கட்ட ஆரம்பித்தீர்களா வீடு?' என்றார்.

'இல்லை சிவண்ணா. சைட் நம்பர் தப்பாகக் காண்பித்துப் பக்கத்து மனையைப் பார்த்துப் பணம் கொடுத்துவிட்டேன்! இப்போது சரிபார்த்தால் எல்லாம் பாறை!'

'பாறையா?'

'ஆமாம்!'

சிவண்ணா கடும் கோபம்கொண்டு, 'ஏய், கிருஷ்ணப்பா! சாருக்கு எந்த சைட்டைக் காண்பித்தாய்?' என்றார்.

'கார்னர் சைட், அதான் கார்னர் சைட்டு.'

'உங்க சைட் நம்பரைச் சொல்லுங்கோ.' சிவண்ணா கோடு கோடாக ப்ளூ பிரிண்ட் வரைபடத்தில் பார்த்து, 'ஆமாம், கார்னர் சைட் இல்லை. அதுக்குப் பக்கத்துது' என்றார்.

'முழுக்க முழுக்கப் பாறை...'

'இருக்காதே! பாறையா இருந்தால் பி.டி.ஏ. அலாட் பண்ண மாட்டாங்களே. நீங்க எதுக்கும் திங்கட்கிழமை வாங்க. நான் இன்னிக்குச் சாயங்காலம் போய்ப்பார்த்துவிட்டு வர்றேன்.'

'இல்லை சிவண்ணா, பணத்தைத் திருப்பிக் கொடுத்துடுங்க. என் லைஃப் சேவிங் எல்லாத்தையும் தீர்த்துட்டேன். எனக்கு மேலே சங்கடம் இருக்கிறது. ஏற்கெனவே பல ரெவின்யூ சைட்டுகளில்

ஏமாந்திருக்கேன். பணத்தைக் குடுத்துடுங்க...' என்று நஞ்சுண்ட ராவ் கெஞ்ச...

'அதுக்கென்ன... பம்பாய் பார்ட்டிக்கு ட்ரங்கால் பேசிடறேன். பத்து நாள்ல ட்ராப்ட் அனுப்பிச்சுர்றாங்க. நீங்க போங்க. பத்திரத்தைக் கொண்டுவாங்க.'

பத்து நாட்கள் ஆயின. சிவண்ணாவை மேசையிலேயே காணோம். செக்ஷன் மாற்றியிருப்பதாகச் சொன்னார்கள். அங்கே போனால் அது விதான் சௌதாவில் இருந்தது. பி.டி.ஏ. சேர்மனைப் பார்த்துச் சீட்டு அனுப்பிப் பார்த்தார் நஞ்சுண்டராவ். அப்பாயிண்ட்மெண்ட் கிடைக்கவில்லை.

தாம் முழுவதுமாக ஏமாற்றப்பட்டுவிட்டோம் என்பது உரைக்க அவருக்கு மேலும் ஒரு வாரமாயிற்று.

வக்கீல் சோமப்பாவும் மனைவியும் அவரை மாற்றி மாற்றிக் கேட்டார்கள்.

'சரியாப் பார்க்காம இந்தப் பாறையை வாங்குவீங்களா? எப்போதும் இவர் இப்படித்தான். எத்தனை இந்த மாதிரி ஏமாந்து போயிருக்கிறோம். கணக்கில்லை. ரெவின்யூ சைட்லயே எத்தனை பணம் விட்டாச்சு!'

'நஞ்சுண்டா! அவன்மேல் லீகலா கைவைக்க முடியாது. வாங்கிண்ட பணத்துக்கு ரசீது கொடுத்திருக்கான். டாக்குமெண்ட் கொடுத்திருக்கான். சர்வே நம்பர் தப்பாக் காட்டினதுக்கு எந்த அத்தாட்சியும் இல்லை. ஹி இஸ் க்ளீன்ஸ்.'

'அதிலே எதுவும் கட்டவே முடியாதா?' என்றாள் கோதாவரி.

சோமப்பா சிரிப்பை அடக்கி, 'அனுமார் கோயில்தான் உச்சியிலே கட்டலாம். அத்தனையும் பாறை!' என்றார்.

மௌனமாகக் கேட்டுக் கொண்டிருந்த நஞ்சுண்ட ராவின் சுவாச மூக்கு துடித்துப் பெரிதாக மூச்சுவிடத் துவங்கினார். முகம் சிவந்து, கைநடுங்க, 'அந்தச் சிவண்ணாவை... சிவண்ணாவை ... சிவண்ணாவை...!'

'ஒண்ணும் பண்ண முடியாது' என்றார் வக்கீல்.

'முடியும், முடியும்' என்று முகத்தைக் கோண வைத்துக்கொண்டு ஒரு மாதிரி பார்த்து கோபத்தால் உதடுகள் துடிக்க, 'முடியும்' என்றார் தீர்மானமாக.

கோதாவரி கவலையோடு, 'போனாப் போறது... வாங்கோ, என்னவோ பகவான் சோதனை' என்றாள்.

'அப்படியே ஒரு கடப்பாரையை எடுத்து அந்தச் சிவண்ணா வீட்டுக்குப்போய் அப்படியே அவன் மண்டையைப் பிளந்து ரணும்...'

'எதுக்கும் நான் பப்ளிக் க்ரீவன்ஸ் லிட்டிகேஷன் மாதிரி போடலாமா பார்க்கிறேன். இல்லை, ஒரு லெட்டர்ஸ் டு தி எடிட்டராவது எழுதுவோம். பாறையா இருந்தாலும் சைட்டுன்னு ஒண்ணு இருக்கே!' சமாதானமாய் சொன்னார் வக்கீல்.

ராத்திரி ஏழு மணிக்கு வக்கீலுக்கு போன் வந்தது. 'மாமா, கோதாவரி பேசறேன், சீக்கிரம் வாங்கோ.'

'என்ன ஆச்சு?'

'சாயங்காலம் சொன்னாரே... அதுபோல கடப்பாரையை எடுத்துண்டு சிவண்ணா வீட்டுக்குக் கிளம்பிப் போயிருக்கார். எனக்கு ரொம்பப் பதற்றமா இருக்கிறது. மத்தியானத்திலிருந்தே பேசிக்கொண்டிருந்தார். எனக்கு என்னவோ விபரீதமா புத்தி போறது. சீக்கிரம் வாங்கோ.'

வக்கீல் காரை எடுத்துக்கொண்டு உடனே சென்றார்.

'சிவண்ணா வீடு எங்கே தெரியுமா அவருக்கு' என்றார் கோதாவரியிடம்.

'பணம் கொடுக்கும்போது போயிருக்கிறாரே?'

'அட்ரஸ் தெரியுமா?'

'எனக்குத் தெரியாதே. அய்யோ, ராகவேந்திரா! இது என்ன சோதனை! பணம் போனால் போகிறது, உயிருக்கு ஆபத்தாக வல்லவா போய்விட்டது. ஏதாவது ஒண்ணு கிடக்க ஒண்ணு செய்துவிட்டால்...? பெரிசாக கடப்பாரை வாங்கி வந்தார். எதுக்குன்னு கேக்கறதுக்குள்ளே ஆட்டோவில் புறப்பட்டுப் போய்விட்டார்.'

'போய் எத்தனை மணி இருக்கும்?'

'எட்டு மணியாச்சே! ஈஸ்வரா, பரமேஸ்வரா...!'

சோமப்பா டைரக்டரியில் ஒரு பி.டி.ஏ. அதிகாரியைத் தேடி, அவரிடமிருந்து சிவண்ணாவின் விலாசம் கிடைக்குமா என்று கேட்பதற்குள், கோதாவரி பயத்தில் அழ ஆரம்பித்தாள்.

'வதம் பண்றாப்பலதான் கிளம்பினார். அதோ வர்றாரே!'

நஞ்சுண்டராவ் கையில் கடப்பாரையுடன் கிழிந்த சட்டையுடன் ஆட்டோவில் வந்து இறங்க,

'நஞ்சுண்டா! என்ன இது, பைத்தியக்கார வேலையெல்லாம்?'

'அய்யோ, ஏன் இப்படி மிரள மிரளப் பார்க்கறீங்க? என்ன பண்ணீங்க?'

'நஞ்சுண்டா, எங்கே போனே? சொல்லு! சிவண்ணாவைக் கோபத்தில் என்ன செஞ்சே? சொல்லு...'

'அங்கதான் போயிருந்தேன்' என்றார் நஞ்சுண்டராவ்.

'சிவண்ணா வீட்டுக்கா?'

'இல்லை, என் மனைக்கு. என் சொந்த தர்ட்டி ஃபார்ட்டி சைட்டுக்கு.'

'எதுக்கு?'

'அந்தப் பாறையைக் கடப்பாரையால் தட்டிப் பார்த்தேன். கொஞ்சம் கொஞ்சமா உடைச்சுரலாம். நாளையிலிருந்து நீயும் வா, கோதாவரி - ஒத்தாசைக்கு. இரண்டு பேருமாச் சேர்ந்துண்டு உடைச்சுரலாம்!'

4

அறிவுரை

ராமலிங்கம் திடீர் என்று தீர்மானித்து, சேலத்துக்குப் பஸ் ஏறினான். மனைவியிடம் சொல்லி விடும்படி தன் நண்பன் முத்துவிடம் தகவல் கொடுத்துவிட்டு, இரவு மாற்று வேஷ்டி கூட எடுத்துக்கொள்ளவில்லை. கணநேரத் தீர்மானத்தில் புறப்பட்டுவிட்டான்.

காலையிலிருந்தே அவனுக்கு இருந்த மன உளைச்சலில் அப்பாவைப் பார்க்க வேண்டியது அவசியமாகப் போய்விட்டது. என்.எஸ். பஸ்ஸில் சீட்டு கிடைத்துக் கிளம்புமுன், தாகமாக இருந்தது. குளிர்பானம் ஆறு ரூபாய் சொல்ல, இளநீர் குடித்தான். ஆறு ரூபாய் செலவழிக்க கணக்குப் பார்க்க வேண்டியிருக்கிறது. எப்பவும் எப்பவும் பணத்தேவைதான். இருபத்து நாலாம் தேதி தரித்திரம். மனைவி அண்டை அசலில் கடன் வாங்கக் கையில் கிண்ணியும் கன்னத்தில் வெட்கமுமாகச் செல்ல வேண்டும். பேப்பர்காரனையும் பால்காரனையும் பார்த்துப் பதுங்க வேண்டும். வீட்டுக்காரரைப் பார்த்து அசட்டுச் சிரிப்பு!

'இந்த முறை கொஞ்சம் அதிகப்படியா செலவு வந்திருச்சுய்யா. தங்கை பிரசவத்துக்குப் பணம் அனுப்ப வேண்டியதாயிடுச்சு. அப்புறம்...'

'தங்கை பிரசவம், தம்பி கல்யாணம் ஏதாவது மாசா மாசம் சாக்கு... நானும் நீங்க ஜோடிக்கிற

பொய்யையெல்லாம் நம்பிண்டு... ராமலிங்கம் உங்க குடும்பத்தைக் காப்பாத்தறவர் நீங்க ஒருத்தர்தானா...'

'நல்லாக் கேட்டீங்க' என்றாள் மீனாட்சி. 'இவருக்கு பிரதர், சிஸ்டர்ங்க நிறையப் பேர் இருக்காங்க. ஒருத்தரும் குடும்பத்தைக் கவனிக்கிறதில்லை. எப்பப் பாரு எங்களுக்குத் தேவைதாங்க. உருப்படவே மாட்டோம்.'

'அப்படின்னு இல்லை.'

'உங்கப்பாரு சேலத்தில் இருக்காரு இல்லை. அவரு ஏதும் உதவி செய்யமாட்டாரா?'

'அவரு ரிட்டயர் ஆனவருங்க. அவர்கிட்ட பணம் ஏதும் இல்லை. எக்ஸைஸ் டிபார்ட்மெண்ட்டில் இருந்துண்டு லஞ்சம் வாங்காம ரிட்டயர் ஆனவரு...'

வீட்டுக்காரருக்கு எப்படியாவது மறுதினம் கொடுப்பதாகச் சாக்குச் சொல்லி அனுப்பியதும் மீனாட்சி சிக்கெனப் பிடித்துக் கொண்டுவிட்டாள்.

'நீங்களும் அஸிஸ்டண்ட் மானேஜர். மேத்தாவும் அஸிஸ்டண்ட் மானேஜர்... அவரு மட்டும் எப்படிங்க மாருதி காரு வெச்சிருக்கார்?'

'மேத்தா லஞ்சம் வாங்கறான் மீனாட்சி.'

'நீங்களும் வாங்குங்களேன்...'

அதிர்ந்து போய், 'என்னது... என்ன சொன்னே நீ?'

'நான் ஏதாவது தப்பாச் சொல்லிட்டேனா? இல்லை, ஊர் உலகமே லஞ்சம் வாங்குது. போலீஸ் வாங்குது. டெலிவிஷன்ல வாங்கறாங்க. ஏன் மந்திரிங்க லெவல்லகூடப் பேசிக்கிறாங்க. எல்லாச் சனமும் வாங்கறப்ப, லஞ்சம்ங்கறதுக்கு அங்கீகாரம் வந்திருச்சு. இதில் ஏதும் தப்பில்லை.'

'மீனாட்சி, நீ இதையெல்லாம் எப்படிப் பேசக் கத்துக்கிட்டே?'

'எல்லாம் சாயம் போறவரைக்கும் புடைவைகட்டி, கிழியற வரைக்கும் உள்பாவாடை கட்டி, இருபதாம் தேதியில இருந்து சொரணை கெட்டுப்போய் காப்பிப்பொடி, சர்க்கரை ஆழாக்கு,

ஆழாக்கா வீடு வீடாகக் கடன் வாங்கி, சினிமா, டிராமா இல்லாம, குழந்தைகளுக்குக் கடைசித்தேதி வந்து ஸ்கூலை விட்டு வெளியே தள்ளற வரைக்கும் ஸ்கூல் பீஸை ஒத்திப்போட்டுப் பிறந்த ஞானோதயம்தாங்க... மேத்தாவைப் பாருங்க... பெண் டாட்டி வேளைக்கு ஒரு ஷிபான் கட்டறா. ஜப்பான் போறா. கோவா போறாங்க. டில்லி போறாங்க. மக கான்வெண்டிலே படிக்குது...'

'ஆனா கேரக்டர் இல்லையே...?'

'கேரக்டர்! கேரக்டரை வெச்சுக்கிட்டு நூறு கிராம் உப்புக்கூட வாங்க முடியலை.'

'நீ எப்படி இப்படியெல்லாம் பேசறேன்னு நினைச்சுப் பார்க்கக் கூட முடியலை மீனாட்சி.'

'ராத்திரி நிதானமா யோசிச்சுப் பாருங்க. நான் சொல்றதிலே உள்ள நியாயம் புரியும். நான் என்ன சொன்னேன்... ஊரோட ஒத்து வாழ்னுதான் சொல்றேன். ஊரே லஞ்சம் வாங்குது. நீங்க வாங்கினா என்னவாம்?'

'கன்னத்திலே அறைவேன்.'

'இதுதான் பாக்கி இனிமேலே.'

ஆபீசுக்குப் போனபோது, அவன் மனத்தில் அவள் சொன்னது அத்தனையும் உறுத்திக்கொண்டே இருந்தன. ஒரு புறம் வாங்கினால் என்ன என்று தோன்றியது. மறுபுறம் அப்பாவின் சாந்த முகம் தோன்றியது. 'மகனே, முப்பது வருடங்கள் எக்ஸைஸ் டிபார்ட்மெண்ட்டில் வேலை பார்த்தேன். ஒரு பைசா வாங்கினதில்லை. ஆபீஸ் பென்சிலைக்கூட வீட்டுக்கு எடுத்து வந்ததில்லை. அவசரமாக இருந்தால்கூட உன் தாய் ஆபீஸ் ஜீப்பில் ஆஸ்பத்திரி போனதில்லை. அப்படிப்பட்ட வம்சம். நீ லஞ்சத்தைப்பற்றி நினைக்கலாமா?'

மொத்தம் கணக்குப் பார்த்ததில், ராமலிங்கத்துக்கு இருபதாயிரம் ரூபாய் கடன் இருந்தது. பி.எஃப் அன்யுவல் அட்வான்ஸ், ஃபெஸ்டிவல் அட்வான்ஸ் என்று எடுத்ததற்கெல்லாம் போக இவனுக்கு ஆயிரம், அவனுக்கு ஐந்நூறு என்று கொடுக்க வேண்டியதையெல்லாம் கூட்டிப் பார்த்தான். இருபதாயிரம்.

காண்டீனில் மேத்தா அவனைப் பார்த்து, சோப்ரா என்பவனுக்கு அறிமுகப்படுத்தி வைத்தான். சாயங்காலம் வீட்டுக்கு நடந்து செல்கையில் அந்த சோப்ரா லிஃப்ட் கொடுத்தான். வழியில் தாஜ் ஓட்டலுக்கு அழைத்துச் சென்று, கேக்கு முந்திரிப்பருப்பு ஆர்டர் செய்துவிட்டு, நேராக விஷயத்துக்கு வந்தான். சோப்ராவின் பில் ஒன்று பாஸ் ஆகாமல் ராமலிங்கத்தின் செக்ஷனில் இருப்ப தாகவும், முப்பதாம் தேதிக்குள் அதை பாஸ் செய்தால் பணம் தருவதாகச் சொன்னான்.

'என்ன பில் அது?'

'ஒரு டேட்டா அக்விஸிஷன் சிஸ்டம் சப்ளை பண்ணியிருக் கிறோம். அக்ஸெப்டனஸ் ஆகியிருக்கிறது. ஒரு ப்ரிண்டர் வர வில்லை. கஸ்டம்ஸில் மாட்டிக்கொண்டிருக்கிறது. ஒரு வாரத் தில் அதை விடுவித்து விடுவோம். பார்ஷியல் சப்ளை போட்டுக் கொடுத்தாலும் போதுமானது.'

'அது ரூலில் இல்லை. பர்ச்சேஸ் ஆர்டர்படி எல்லா அயிட்டங் களும் இருக்க வேண்டும்.'

'மற்றபடி 'ஐ நோட்' எல்லாம் சரியாகவே இருக்கிறது. டெக்னிக் கல் ஆபீசில் அக்கவுண்ட்ஸில் ராமலிங்கம்ஜி சம்மதித்தால் ஆகும் என்று சொன்னார்கள். ராமலிங்கம்ஜி... வரவேண்டிய பணம் எழுபது லட்சம். அதில் ஒரு பர்ஸண்ட் தருகிறேன். ஏஜென்ஸி கமிஷனாக எப்படியும் தந்திருப்பேன். மேலே தேவை என்றாலும் தருகிறேன். ராமலிங்கம்ஜி, யு மஸ்ட் ஹெல்ப் மி. இல்லையென்றால் பாங்கில் வட்டி கொடுத்து மாய்ந்து போவேன்!'

'பார்க்கலாம்.'

'அப்படிச் சொல்லாதீர்கள். நாளைக்குப் பத்தரைக்கு வருகிறேன், மேத்தாவுடன். இதில் ஏதும் சிக்கல் இல்லை. பல ஆர்டர்கள் மேத்தாவின் செக்ஷனில் இந்த மாதிரி பாஸ் ஆகியிருக்கின்றன.'

'பார்க்கலாம், இப் தி பேப்பர்ஸ் ஆர் இன் ஆர்டர்.'

'பேப்பர்ஸ் ஆர் நாட் இன் ஆர்டர். அதனால்தானே உங்களிடம் வந்திருக்கிறேன்.'

'லெட் மீ ஸீ.'

வீட்டுக்குத் திரும்புகையில் எழுபதாயிரம்! என் கஷ்டம் எல்லாம் விடிந்துவிடும். ஒரு சதவிகிதம். ஒரே ஒரு சதவிகிதம். என்ன... பாங்குக்கு வட்டியாகக் கொடுப்பதில் எனக்குத் தருகிறார்.

'மகனே என்னடா இது?'

இப்போதுதான் அப்பாவைப் பார்க்க வேண்டும் என்கிற தீவிர இச்சை ஏற்பட்டு, சட்டென்று பஸ் ஏறி விட்டான்.

சேலம் அஞ்சு ரோட்டில் இறங்கிக்கொண்டு மெல்ல நடந்தான். களிமண் வரப்பில் ஒதுங்கியிருந்த காலனியில், ஒற்றைத் தென்னைக்கருகில், பெட்டிபோல வீடு கட்டியிருந்தார் அப்பா. பணம் போதாமல் அஸ்பெஸ்டாஸ் கூரை போட்டு, அதன் மேல் பரங்கி, அவரை, மல்லிகை என்று பரவவிட்டிருந்தார். இவன் போன போது இருட்டில் உலர்ந்த வேட்டியைக் கொடியிலிருந்து உருவி மடித்துக் கொண்டிருக்க, அம்மா கட்டிலில் பழைய ஆர்த்ரைடிஸ் அவஸ்தையில் முனகிக் கொண்டிருந்தாள்.

'யார், ராமலிங்கமா? வெளிச்சமே தெரியலை.'

'ஆமாப்பா.'

'எந்திரி. ராமலிங்கம் வந்திருக்கான். பஸ்ல வந்தியா?'

'ஆமாப்பா.'

'சாப்ட்டியா?'

'வழியிலே சாப்ட்டம்பா.'

'எங்கே இப்படித் திடீர்னு?'

'அப்பா, நான் உங்ககூட நிதானமாப் பேசணும்.'

'உக்காரு. எதைப் பத்தி?'

'ஆபீஸ்ல என் வேலையைப் பத்தி.'

'ஏதாவது சிக்கலா?'

'இல்லைப்பா. வெவரமாச் சொல்லணும்.'

'முதல்ல உங்கம்மாவைப்போய் விசாரிச்சுட்டு வா. எழுந்திருக்க மாட்டாம சிரமப்படறா...'

அம்மாவின் அருகில் சென்று 'ராமலிங்கம் வந்திருக்கிறேன்' என்று சொன்னதும் அவனைத் தொட்டுப் பார்த்துக் கண்ணீர் விட்டாள். 'எங்கனாச்சியும் சௌக்கியமா இருந்தாச் சரி. பேரப்பிள்ளைங்களை அழைச்சுட்டு வரலியா? லீவு இல்லையா? மருமவ சௌக்கியமா? சாப்ட்டியாப்பா? ரெண்டு நாள் இருப்பியா?'

எல்லாம் முடிந்தபின் வாசலில் கயிற்றுக்கட்டிலில் வந்து அப்பா வுடன் அமர்ந்தான். அப்போதுதான் நிலா புறப்பட்டிருந்தது.

'சொல்லு.'

'அப்பா, நீங்க எப்படி எக்ஸைஸ் - டிப்பார்ட்மெண்ட்ல லஞ்சம் வாங்காம இருந்தீங்க?'

அவர் சற்று யோசித்து, 'எனக்கு என்னவோ வாங்கணும்னு நினைப்பே இல்லை. வாங்கலை!' என்றார்.

'எப்படிச் செலவினங்களைச் சமாளிச்சீங்க? எப்படி எங்களை யெல்லாம் படிக்க வெச்சீங்க? எப்படி எல்லோரையும் அர வணைச்சு, எப்படிப்பா முடிஞ்சுது உங்களால?'

அப்பாவின் கண்கள் நிஷ்டைபோல் மூடியிருந்தன. 'என்னவோ சமாளிச்சேன்பா... கேட் பாஸ் இல்லாம ஒரு கன்ஸைன் மெண்ட்... ஒரு மாதத்துக்கு ஒரு க்ரேட் அனுப்பினாப் போதும்னு வாலஸ்னு ஒரு இங்கிலீஷ் கம்பெனிக்காரன்தான்... கேட்டுக் கிட்டான். ஒரு பண்ணையே தர்றேன்னான். உனக்கு ஒரு மெடிக் கல் சீட்டு தர்றேன்னான். அதுவும் கேட் பாஸ் விவகாரம்தான்... எனக்கு என்னவோ தோணலை. எங்கப்பாரு சொன்ன புத்தி மதிகளை ஒரு வேளை நெனைச்சுப் பார்த்தேனோ என்னவோ! ஆனா வாங்கலை.'

'இப்ப எனக்கும் அந்தப் பிரச்னை வந்திருக்குதுப்பா.'

'என்னப்பா?'

'ஒரு ஆளு பில்லு பாஸ் பண்ணினா எழுபதாயிரம் தர்றதாச் சொல்றான்.'

'உனக்குப் பணத்தேவை இருக்குது.'

'ஆமாப்பா. கடன்லே இருக்கேன். மீனாட்சி வாங்கு வாங்குன்னு போட்டு உலுக்கறா.'

'அந்தப் பணம் உனக்குப் பயன்படும்.'

'பயன்படும்பா. ஆனால் லஞ்சம் வாங்க இஷ்டமில்லை. உங்களைப் பத்தி நினைப்பு வர்றது. எங்க எல்லோரையும் படிக்க வெச்சீங்க. ரொம்ப கஷ்டப்பட்டிருப்பீங்க. உங்களுக்கும் நிறையப் பணத்தேவை இருந்துச்சு, எப்படிப்பா சமாளிச்சீங்க?'

'எல்லோரையும் போலத்தான்... நகையை வித்து, வீட்டை வித்து, லோன் எடுத்து...'

'அதில்லைப்பா. எப்படி உங்களுக்கு அத்தனை மனபலம் இருந்துச்சு? அந்த ரகசியத்தைச் சொல்லுங்கப்பா.'

அப்பா சற்று நேரம் மௌனமாக இருந்தார்.

'சொல்றேன், கிட்ட வா' என்றார்.

மெல்லக் குரலைத் தாழ்த்தி, 'லஞ்சம் வருதுன்னா வாங்கிடு' என்றார்.

'என்னப்பா சொல்றீங்க?' என்றான் அதிர்ச்சியடைந்து.

'ஆமாடா, நான் வாழ்நாள் முழுவதும் லஞ்சம் வாங்காம என்னத்தைக் கண்டேன்? பரம்பரை வீட்டை வித்துட்டுப் புதுசா வீடு கட்டி முடிக்காம, ஒழுகுது. உங்கம்மாவுக்கு வைத்தியம் பார்க்க முடியலை. இத்தனை பேர் இருக்கீங்க மகனுக, மகளுக, யாரும் என்னைத் தீண்டறதில்லை. நீயே கடைசியா எங்களைப் பார்க்க எப்ப வந்தே? யோசிச்சுப் பாரு! மூணு வருசம்! எங்கிட்ட மட்டும் லஞ்சம் வாங்கி பணம் காசு இருந்தா இப்படி மகன்களும் மகள்களும் என்னை உதாசீனம் பண்ணுவீங்களா? சொல்லுப்பா... அந்தக் கதி உனக்கு வராம இருக்க, வாங்குப்பா, தாராளமா வாங்கு. உன் பொண்டாட்டி சொல்றதுதான் சரி, வாங்கு...' என்று சொல்லிவிட்டுக் கிழவர் தூங்கப் போனார்.

5

ஜாதி இரண்டொழிய...

ப்ரொபஸர் நரசிம்மன் அறைக்கு வெளியே எட்டிப் பார்த்தார். இண்டர்வியூவுக்காகக் காத்திருந்த இளைஞர்கள் இன்னும் இருந்தார்கள். ஆளுக்கொரு சான்றிதழ் கத்தை. ஆளுக்கோர் ஆர்வம். கிடைத்து விடும் என்கிற நம்பிக்கையுடன் நாற்காலியில் காத்திருந்தார்கள்.

சேதுராமன் ஒழுங்காக அமைத்த பெயர்ப்பட்டி யலை அவரிடம் கொடுக்க, 'இன்னும் எத்தனை பேர்? என்று கேட்டார் நரசிம்மன்.

'இருபத்து ஏழு சார். மத்தியானத்துக்குள்ளே முடிச் சுரணும். எஸ்ஸி எஸ்டி கோட்டா இண்டர்வியூ மத்தியானம். காலையிலே இவங்க ரெகுலர் காண்டி டேட்ஸ். முடிச்சுடலாம் சார்.'

'காலைல ஃபார்வர்டு கம்யூனிட்டி. சாயங்காலம் பாக்வர்டு கம்யூனிட்டியா? சாதி இரண்டொழிய வேறில்லைன்னு ஔவையார் சொன்னது இப்பக் கூட பொருந்துது பார்த்தீங்களா ப்ரேம்!'

அவர் சொன்னது கெட்டவார்த்தைபோல அத்தனை பேரும் அவரை ஒரு மாதிரி பார்க்க, 'ப்ரேம்நாத், 'அடுத்த ஆசாமியைக் கூப்பிடுப்பா... சார், 'ஹிண்டு' மாட்ரிமோனியல்' காலத்தைப் பாருங்க, சாதி எங்கேயும் போயிரலை' என்றார்.

அந்த இளைஞன் உள்ளே வந்து, 'குட்மார்னிங் சர்ஸ்' என்று சொல்லிவிட்டு நின்றுகொண்டிருக்க, 'சிட்டவுன்' என்றார்.

'உன் பேர்?'

'ரமேஷ்.'

'லெட்மி ஸீ. டிஸ்டிங்ஷன், டிஸ்டிங்ஷன், டிஸ்டிங்ஷன், ஜிபி ஏத்ரீ பாயிண்ட் நைன், காலேஜ்ல எத்தனாவது ராங்க்?'

'இரண்டாவது சார்.'

'முதல் யாரு?'

'சுரேஷ்னு.'

'பார்வர்டு கம்யூனிட்டி மொத்தமும் ரமேஷ் சுரேஷ்னு பேர் வெச்சுக்குது கவனிச்சீங்களா?' என்றார் சித்தார்த்தன்.

'நரசிம்மன் வெங்கடாச்சாரின்னு வெச்சுக்கிட்டா வேலை கிடைக்கல்லை. அதனாலதான்' என்றார் ப்ரேம்நாத். அந்தப் பையன் அவர்களை மாற்றி மாற்றிப் பார்த்து மையமாகச் சிரித்துக் கொண்டிருந்தான்.

'அவனும் இண்டர்வியூவுக்கு வந்திருக்கானா?'

'ஆம்.'

'யூனிவர்ஸிட்டியில எத்தனாவது ராங்க்?'

'எட்டு அல்லது ஒம்பது. நாட் ஷ்யூர்.'

'வேற ஏதாவது வேலைக்கு அப்ளை பண்ணியா?'

'ஆமா சார்.'

'செலக்ட் ஆச்சா?'

'இன்னும் தெரியலை சார். பி எச் இ எல், ஐ டி ஐ, என் டி பி ஸி.'

'யு பி எஸ் ஸி எல்லாம் எழுதியிருக்கியா?'

'எழுதியிருக்கேன்.'

'கேட்?'

'அதுவும் எழுதியிருக்கேன் சார்.'

ப்ரேம்நாத் டெக்னிக்கலாகக் கேட்பதற்குமுன், 'ரமேஷ், லெட் மி ஆஸ்க் யூ எ ஃப்ராங்க் கொஸ்சன், இத்தனை நல்ல மார்க் வாங்கி யிருக்கே... ஏன் பாஸ் ஆகி ஒரு வருஷமா வேலையில்லே? வாட் வெண்ட் ராங்?' என்றார் நரசிம்மன்.

ரமேஷை உன்னிப்பாகப் பார்த்தார். அவன் கண்ணாடியைக் கழற்றித் துடைத்துப் போட்டுக்கொண்டு, லேசாகப் புன்னகை புரிந்தாலும் அந்தக் கேள்வி அவனைத் தாக்கியிருக்க வேண்டும். 'ஐ ஜஸ்ட் டோண்ட் நோ சார்! லக் இல்லைன்னு நினைக்கிறேன்.'

'ப்ரேம்?'

'ப்ரேம்நாத், 'ரமேஷ், உன் ஸ்ட்ராங் சப்ஜெக்ட் என்ன?'

'கம்யூனிகேஷன்.'

'அனலாக்? டிஜிட்டல்?'

'இரண்டும்.'

ப்ரேம்நாத்தின் கேள்விகளைக் கேட்டு, போர்ட்டில் படம் வரைந்து பதில் சொன்ன ரமேஷின் வாழ்க்கைக் காகிதங்களைப் பார்த்தார் நரசிம்மன். சரித்திரமே சர்ட்டிபிகேட்கள் வடிவில் இருந்தது. காலேஜ் பேச்சுப்போட்டி, ட்ரெக்கிங், என்ஸிஸி, அனைத்துக் கல்லூரி விவாதம், கம்ப்யூட்டர் சொஸைட்டி மாணவப் பரிசு... ப்ரேம்நாத் முடித்ததும் தன்னருகில் உட்கார்ந் திருந்தவரிடம், 'எனி திங் சித்து?' என்றார் சித்தார்த்தனைப் பார்த்து. அவர் தலையை ஆட்டினார். 'ரமேஷ், யூ கேன் கோ நௌ' போகுமுன் ரமேஷ் சற்றுத் தயங்கி, 'சார், ஒரு விஷயம்...!' என்றான்.

'என்ன?'

'இந்த இண்டர்வியூவில் நான் நல்லா செய்தேனா? எனக்குச் சான்ஸ் இருக்கா?'

'யூல் ஹியர் ஃப்ரம் அஸ் ஸூன்! லெட்டர் போடுவம்பா. இப்பவே தெரியாது.' அனைவரும் அவனை ஆயாசத்துடன் பார்த்தனர். அவன் உதடுகள் லேசாகத் துடித்தன.

'இது எனக்கு எட்டாவது இண்டர்வியூ சார். ஒரு விதமான எல்லைக்கு வந்துக்கிட்டு இருக்கேன். ஐ'ம் டெஸ்பரேட். குடும்பத்தைக் காப்பாத்த வேண்டிய பொறுப்பு இருக்குது. வி ஆர் வெரி புவர்.'

'குடும்பத்தைக் காப்பாத்த வேண்டிய பொறுப்பு எங்க எல்லோருக்கும்தான் இருக்குப்பா' என்றார் சித்தார்த்தன். மற்றவர்கள் சிரித்தனர். நரசிம்மன் சிரிக்கவில்லை.

'வாட்ஸ் யுவர் ஃபாதர் ரமேஷ்?'

'ரிட்டயர்டு எலிமெண்டரி ஸ்கூல் டீச்சர் சார்' என்றான்.

'ஒன்லி ஸன்?'

'ஆமா சார்.'

'வேறே?'

'நாலு சிஸ்டர்ஸ் சார்.'

'குட். செலக்ட் ஆச்சுன்னா லெட்டர் போடறோம். என்ன...?' என்றார் சித்தார்த்தன். 'தாங்க்யூ சார்' என்று அவன் திகைப்புடன் தன் காகிதங்களைச் சேகரித்துக்கொண்டு சென்றான். போனதும் சித்தார்த்தன், 'மிஸ்டர் சேர்மன், குடும்ப விவரங்களைக் கேக்கறதில அர்த்தமில்லைன்னு நினைக்கிறேன்' என்றார். அவர் ஷெட்யூல்ட் காஸ்ட் பிரதிநிதி.

'இல்லை, சித்தார்த்தன். இந்தப் பையன் அந்தச் சூழ்நிலையில் இருந்து கஷ்டப்பட்டுப் படிச்சு முன்னுக்கு வந்திருக்கான். இவனுக்கு வேலை கொடுக்க வேண்டாமா?'

'மற்ற கேண்டிடேட்டுகளையும் வேக்கன்ஸியையும் பார்க்கலாமா?'

'ப்ரேம்... பையன் எப்படி?'

'என் கேள்விகளுக்கெல்லாம் நல்லாவே பதில் சொன்னான். ப்ரில்லியண்ட்!'

'ப்ரைட் பாய்! அகடமிக்கலாகவும் நல்லா வாங்கியிருக்கான். பொதுவா செலக்ட் பண்ணி வைக்கலாம்.'

'மொத்தம் இருபத்தேழு பேர். இருக்கிறது நாலு வேக்கன்ஸி. ஃபைனல் ராங்க்கிங்கில் வந்தா வி கன் க்வாலிஃபை ஹிம்.'

'ஒரு பள்ளி வாத்தியாரின் மகன், ஒரே மகன், நாலு பெண்கள்... சிஸ்டர்ஸ்.'

'இதெல்லாம் பத்தி நாம கவலைப்பட வேண்டாம்னு தோணுது.' பர்ஸனல் சேதுராமனைப் பார்த்து, 'சேது மொத்தமே நாலு வேகன்ஸிதானா?'

'ஆமா சார்.'

மீண்டும் காகிதங்களைப் பார்த்து, 'பின்னே பத்துன்னு போட்டிருக்கு.'

'ஆறு வேக்கன்ஸி ஷெட்யூல்டு காஸ்ட், ஷெட்யூல் ட்ரைபுக்கு சார்?'

'அது மத்தியானம்.'

'அப்ப இந்தப் பையனுக்குக் கிடைக்கிறது கஷ்டமா?'

'ஆமா சார். ஏற்கெனவே அஞ்சு பேரை க்வாலிஃபை பண்ணி வெச்சிருக்கோம். எல்லோரும் டாப்பர்ஸ்!'

'ஷெட்யூல்ட் காஸ்ட் வேக்கன்ஸியைக் கன்வர்ட் பண்ண முடியாதா?' சேதுராமன் பயந்துபோய், 'சார்! அந்தப் பேச்சே வேண்டாம். நாம் ஏற்கெனவே டிஃபால்ட்' என்றார்.

'டிஃபால்ட்டுன்னா?'

'சொல்றேன்' என்றார் சித்தார்த்தன். 'மிஸ்டர் சேர்மன். இது மத்திய சர்க்கார் கம்பெனி. அதில் மொத்த வேலைகளில் இத்தனை சதவிகிதம் எஸ்.ஸி. எஸ்.டிக்குன்னு ஒதுக்கீடு பண்ணிக் கோட்டா இருக்குது. அதை இவங்க ஃபில் அப் பண்ணாம, சரியா காண்டிடேட்ஸ் கிடைக்கலைன்னு கதை பண்ணிட்டு, இதுவரை பாயல் காட்டி யிருக்காங்க. இந்த அம்பேத்கார் நூற்றாண்டு வருஷம் எல்லாத்தையும் நிரப்பி ஆகணும்னு சர்க்காரிலிருந்து உத்தரவு வந்திருச்சு. அதனால் அந்தக் காலி இடங்களை ரெகுலர் காண்டிடேட்ஸ் வெச்சுக்கிட்டு நிரப்ப முடியாது.'

'சேதுராமன், அவங்க எத்தனை பேர் மத்தியானம் வர்றாங்க?'

'ஆறு பேர் சார்.'

'எத்தனை வேக்கன்ஸி?'

'ஆறு. அவங்களுக்கு நல்ல டிமாண்ட் சார்!'

நரசிம்மன் புரியாமல், 'அபத்தமா இருக்குது!'

'இதில் அபத்தம் ஒண்ணுமில்லை சார். இவர்களுடைய கடந்த காலப்பாவங்களை இப்ப திருத்திக்கிறாங்க. கம்பெனியில மெத்தனமான போக்கினால இந்த நிலை. வருஷா வரும் நிரப்பாமலேயே இருந்திருக்காங்க. கமிஷன் இவங்களைப் பத்தி ரொம்பக் காட்டமாக் குறிப்பு எழுதியிருக்காங்க!'

'அப்ப அந்தப் பையனுக்குக் கிடைக்காதுங்கறீங்க?'

'கஷ்டம் சார்.'

'இட்ஸ் எ பிட்டி! பிராமணனாப் பிறந்ததினால அத்தனை கஷ்டப் படறானே!'

'ஹௌ டூ யூ நோ ஹி இஸ் எ ப்ராமின்?'

'இல்லை. முதலியார். செட்டியார், பிள்ளை...!'

அனைவரும் சித்தார்த்தனைப் பார்க்க, 'நாம இதைப்பத்தி விவாதிக்காம இருக்கிறது நல்லதுன்னு நினைக்கிறேன். இந்தப் பையனை விசாரிச்சீங்க. அதேபோல மத்தியானம் வர்றவங் களையும் விசாரிச்சுப் பாருங்க... அப்பா யாருன்னு. செருப்பு தைக்கிறவங்க. விவசாயிங்க...போர்ட்டர்ங்க. இப்படி இருப் பாங்க. லெட்ஸ் நாட் கெட் எமோஷனல். இந்த விதிமுறை களெல்லாம் நூற்றாண்டுக்கணக்காக நிகழ்ந்த அநியாயங்களைத் திருத்தப் பெரிய மனுஷங்க அமைச்சது.'

'என்னதான் இருந்தாலும்...' என்று ஆரம்பித்த நரசிம்மனைத் தடுத்து, 'நெக்ஸ்ட்' என்றார் சித்தார்த்தன்.

மற்ற பேர்களைப் பேருக்கு மூணு நிமிஷம் என்று மேம் போக்காகத்தான் இண்டர்வியூ பண்ண முடிந்தது. அவசரமாக முடித்துவிட்டு இடைவேளையில் சாப்பிடச் சென்றார்கள். சித்தார்த்தன் தனிப்பட்டுச் சேதுராமனிடம் சற்றுக் கோபமாகப் பேசிக்கொண்டிருந்தார். 'என்னய்யா சேர்மன்! இந்த ஆளு

ரெக்ரூட்மெண்ட் விதிமுறைகளெல்லாம் தெரியாம ஜாதி பத்திப் பேசிக்கிட்டு?'

சேதுராமன் சற்றே பதற்றத்துடன், 'ஸாரி சார்! அவரு அமெரிக்கா வில் இருந்தவரு. இப்பத்தான் இந்தியா திரும்பியிருக்கார். நம்மூரு நெளிவு சுளிவெல்லாம் தெரியவில்லை.'

'அவன் எவனா இருந்தா என்னய்யா?'

மத்தியானம் எஸ்.ஸி., எஸ்.டி.க்காகத் தனிப்பட்ட இண்டர்வியூ நடந்தது. சித்தார்த்தன், 'ப்ரொபஸருக்கு எல்லா விதிங்களையும் சொல்லிடுங்க சேதுராமன்' என்றார்.

'என்னப்பா?' என்றார் நரசிம்மன்.

'இந்த இண்டர்வியூவை நடத்தறபோது நாம ஸ்டாண்டர்ட்ஸ் கொஞ்சம் குறைச்சுக்கணும் சார். அவங்களுக்குக் கேள்வி புரியலைன்னா விவரமா விளக்கணும்.'

'எதுக்கு அப்படிச் செய்யணும்?'

'ரூல்ஸ் அப்படி மிஸ்டர் நரசிம்மன்' என்றார் சித்தார்த்தன்.

'அப்படியா?'

'தாழ்த்தப்பட்ட வர்க்கத்தில் இருந்து வந்ததனால் அவங்களுக்கு அதிகம் வாய்ப்புகள் இல்லாததனால் அவங்களை முன்னுக்குக் கொண்டுவர எல்லா முயற்சிகளும் செய்யணும். அதுக்காகத் தான் இந்த விதிகள்.'

'சரி, நீங்களே கேளுங்க. நான் ஏதும் கேக்கலை.'

'அப்படி இல்லை, தாராளமாகக் கேக்கலாம். ஆனா அவனுக்கு என்ன தெரியும்னு கண்டுபிடிச்சுக் கேளுங்க. என்ன தெரியாதுன்னு கண்டுபிடிக்க அல்ல.'

முதலில் வந்தது ஒரு பெண், 'உக்காரும்மா, உன் பேர் என்னம்மா?'

'ஷீலா' என்றாள் ஷீலா. தலையைக் கச்சிதமாக வெட்டி யிருந்தாள். பென்சிலை உருட்டிக்கொண்டு பெரிய பெரிய விழிகளால் மாற்றி மாற்றி அனைவரையும் பார்த்தாள். லேசாக மேல்நாட்டு ஸெண்ட் வாசனை அடித்தது.

சேதுராமன், 'ஷீலா! நீங்க நேத்திக்கு வர வேண்டியவங்கதானே?'

'எஸ் சார். ஸாரி சார். நேத்திக்கு வரமுடியலை.'

'அதனால் பரவாயில்லை.'

ப்ரேம்நாத், 'ஷீலா, உனக்குப் பிடித்தமான சப்ஜெக்ட் எது?'

'ம்யூசிக் சார்.'

'பாடங்களில்.'

'ம்ம்...ஆஸ்க் மி...' என்று பென்சில் கடிக்க,

'எது வேணா கேக்கலாமா?'

சித்தார்த்தன் குறுக்கிட்டு, 'ஷீலா, நீ எந்தப் பாடத்தில் கேள்வி கேக்க, பதில் சொல்ல விரும்பறே?'

'ம்ம்...எனிதிங்' என்று மோகனமாகச் சிரித்தாள்.

நரசிம்மன், 'லுக் யங் லேடி! டு யூ அண்டர்ஸ்டாண்ட் தி கொஸ்சன்?' என்றார். உடனே அவள் சிரிப்பு உறைந்துபோய், 'எஸ்' என்றாள் ஹீனமாக.

ப்ரேம், 'ஆல் ரைட். உன் ப்ராஜெக்ட் என்ன?'

அவள் தன் ப்ராஜெக்ட் ரிப்போர்ட்டை அவர்களிடம் நகர்த்தினாள்.

'ப்ராஜெக்ட் பேர் கூடவா தெரியாது?'

'ஃபில்டர் டிஸைன்' என்றாள்.

'அதைப் பத்தி நாலு வாக்கியங்கள் சொல்லு' என்றார் நரசிம்மன்.

மறுபடி சிரித்து, 'ஸாரி சார். ஐ பர்காட்' என்றாள்.

'இந்த சப்ஜெக்ட் எப்ப முடிந்தது?'

'மார்ச்சில.'

'யூ மீன், அதற்குள் இரண்டு மாதத்தில் மறந்து விட்டாயா?'

சித்தார்த்தன், 'ஷீலா, டைட்டிலாவது ஞாபகமில்லை?'

'ஊருக்குப் போயிருந்தேன். என் அப்பாவுடன் இன்று காலைதான் திரும்ப வந்ததும் இண்டர்வியூவுக்கு வருகிறேன். அதனால் படிக்க முடியவில்லை.' அவள் ஆங்கில உச்சரிப்பில் கான் வெண்ட் கலந்திருந்தது.

'ஃபேர் இனஃப்.'

'எனிதிங் எல்ஸ் ஜெண்டில்மன்?' என்றார் சித்தார்த்தன். பதிலுக்குக் காத்திராமல் 'ஷீலா யு மே கோ.'

ஷீலா எழுந்திருக்க, நரசிம்மன், 'ஷீலா, உன் தந்தை பெயர் என்ன?'

அவள் தயங்கி, இதற்குப் பதில் சொல்லித்தான் ஆகவேண்டுமா என்பதுபோல் அனைவரையும் பார்த்தாள்.

'உன் தந்தை என்ன வேலையிலிருக்கிறார்?'

'டைரக்டராக...'

'எங்கே?'

'ஸி ஆர் எல் இ.'

'சரி, நீ போகலாம்' என்றார் சித்தார்த்தன்.

'ஒன் மோர் கொஸ்சன் ஷீலா. உன் தந்தையுடன் எந்த ஊருக்குப் போயிருந்தாய்?'

'ஸ்விட்சர்லாந்து' என்று சொல்லிவிட்டு அனைவரையும் வசீகரமாகப் பார்த்துப் புன்னகைத்துவிட்டு 'குட்டே' என்று சென்றாள்.

அவள் போனதும், 'வாட் டு யு ஸே மிஸ்டர் சித்தார்த்தன்? இவளுக்கு வேலை கொடுக்க வேண்டுமா?' என்றார் நரசிம்மன்.

'ஏன்? அதில் என்ன சந்தேகம்?'

'இந்தப் பெண் பாக்வர்டு கிளாஸா? தந்தை சென்ட்ரல் கவர்ன்மெண்ட் லாபில் டைரக்டர். ஸ்விட்சர்லாந்து எல்லாம் சுற்றி விட்டு வருகிறாள்.'

சித்தார்த்தன், 'சேதுராமன், அந்தப் பெண்ணின் காஸ்ட் சர்ட்டிபி கேட்டைப் பாருங்கள்' என்றார்.

சேதுராமன் பார்த்து, 'சர்ட்டிபிகேட்டெல்லாம் ஒழுங்காகத்தான் இருக்கிறது. ஷெட்யூல் வகுப்பைச் சேர்ந்தவள்தான்.'

'என்னய்யா அநியாயம்? இவள் பிற்பட்டவளா?'

சித்தார்த்தன், 'அதில் என்ன அநியாயம்?'

'வாட் நான்சென்ஸ்!'

சித்தார்த்தன், 'இதையெல்லாம் வினவ நமக்கு உரிமையில்லை, ப்ரொபஸர். ஷி ஈஸ் எ பாக்வர்ட் க்ளாஸ், சர்க்கார் அமைத்த ஷெட்யூல் அங்கீகரித்தபடி' என்றார்.

'இந்தப் பெண்ணுக்கு வேலை கொடுக்கணுமா?'

'கட்டாயம்!'

'பதிலும் சரியாச் சொல்லலையே?'

'நீங்க சரியாக கேக்கலையே! அவ அப்பா பிறப்பைப் பத்தியே கேட்டுக்கிட்டு இருந்தீங்க!'

'எனக்கு என்னவோ இந்தப் பெண்ணுக்குக் கொடுக்க வேண்டாம்னு தோணுது.'

சேதுராமன் கொஞ்சம் பதற்றத்துடன், 'சார், க்வாலிஃபை பண்ணிடுங்க சார். ஏற்கெனவே ஷெட்யூல்ட் காஸ்ட் கமிஷன்ல ஏன் நிரப்பலைன்னு காச்சறாங்க. இந்த வருஷம் நிரப்பியே ஆகணும்.'

'சித்தார்த்தன், நீங்களே சொல்லுங்கள். இது அநியாயமா இல்லையா.'

'எது?'

'அந்தப் பையனுக்குக் கொடுக்காம இந்தப் பெண்ணுக்குக் கொடுக்கறது. ரெண்டு பேரும் கேள்விகளுக்குப் பதில் சொன்னதைக் கேட்டீங்க.'

சித்தார்த்தன் ப்ரொபஸரை நேராகப் பார்த்து, 'ஆமாம் ப்ரொபஸர், இது அநியாயம்தான்! ஆனா, இதைவிட அநியாயம் ஒண்ணு இதுக்கு முன்னால் இழைக்கப்பட்டது, ப்ரொபஸர்! ஆயிரம்

வருஷங்களுக்கு முன்னால்! அந்த அநியாயத்தையே இன்னமும் நாம் நிவர்த்தி பண்ணலை.'

'அப்ப சேதுராமா, கொடுத்தே ஆகணுங்கறே?'

'ஆமாம்' என்றார் சித்தார்த்தன் - லேசான புன்னகையுடன். ஷீலாவின் பெயருக்கு எதிரில் ஸூட்டபிள்' என்று எழுதிக் கையெழுத்திட்டார் நரசிம்மன்.

'யாரு பாக்வர்டு! யாரு பார்வர்டு! என்னய்யா தேசம் இது!'

நரசிம்மன் இண்டர்வியூ முடிந்து, லிஃப்ட்டில் வெளிப்பட்டு காரில் கிளம்பும்போது அந்தப் பையன் ரமேஷை மறுபடி பார்த்தார். தெரு மூலையில் பெட்டி, தோள்பையுடன் பஸ்ஸைப் பார்த்து நின்று கொண்டிருந்தான். இன்னுமா நிற்கிறான்... பக்கத்துக் காலனியில் தெரிந்தவர் யாரையாவது பார்த்துவிட்டு இப்போதுதான் கிளம்புகிறானோ?'

அந்தப் பெண் ஷீலாவுக்கு ஸி ஆர் இ யிலிருந்து கார் வந்திருந்தது. அதில் அவள் ஏறிக்கொண்டு செல்ல, அந்தப் பையன் முனிசிபல் குழாயில் தண்ணீர் குடித்துக் கொண்டிருந்தான். நரசிம்மன் அவனைக் கூப்பிடுவதற்குள் பஸ் வந்துவிட, அதில் ஏறிக் கொண்டு சென்றான்.

6

சாட்சி

சரளா நூறு கிராம் கடுகு வாங்க அமீர்பாய் கடைக்குப் போனபோது அந்த விபரீதம் நிகழ்ந்தது. அதைப்பற்றிச் சொல்வதற்குமுன் சரளா யார், அந்தப் பேட்டை சம்பவ வேளை, போன்ற விவரங் களைச் சுருக்கமாகச் சொல்வது உசிதம். சரளா நாராயணனின் மனைவி, நடேசன் தம்பதிகளின் மருமகள். கோபாலுக்கும் ஸ்வேதாவுக்கும் மன்னி. 'சின்னாளி' என்று ஏனோ அழைக்கப்பட்ட மூன்று வயது மகாலட்சுமியின் தாய். வீட்டில் சகல காரியங் களை முகத்தில் சிரிப்பு மாறாமல் செய்யும் பெண் இயந்திரம். அவள் ஒக்கபிலேரியில் விடுமுறை, சினிமா, வெளியேபோய் டின்னர், கோடைக்கானல் போன்ற வார்த்தைகள் இல்லவே இல்லை. அனுமார், நவக்கிரகங்கள், பிள்ளையார், சீனிவாசர் என்று பல விக்கிரகங்கள் வீற்றிருக்கும் 'மல்ட்டி பர்ப்பஸ் கோயிலுக்கு மாமியாருடன் பிரதி வெள்ளிக்கிழமை போவாள். அப்போதுதான் வெளியுலகக் காற்றைச் சுவாசிக்கச் சந்தர்ப்பம். மற்ற தினங்களில் அவள் சுதந்திரம் அமீர்பாய் கடையைத் தாண்டாது. ரேடியோ கேட்க, டி.வி பார்க்க, கல்கி படிக்க, இதற்கெல்லாம் அவகாசம் கிடையாது. யாரையும் எதிர்த்துப் பேசமாட்டாள். வேலைக்காரி கூட, 'அப்படியே இந்தத் துணிங் களையும் சோப்பில ஊறப்போட்டு அலசி வெச் சிருங்கம்மா' என்றால், 'ஆகட்டும் கமலா' என்பாள்.

அமீர்பாய் கடை தெருக்கோடியில்தான் இருந்தது. அதனருகே ஒரு பேக்கரி. ஒரு எலெக்ட்ரிக் ஷாப். ஒரு பெட்டிக்கடை. காலனி புதுசு. ரயில்பாதையை ஒட்டின தனியார் வீடுகள். தரத்துக்கு ஒன்றும் திசைக்கு ஒன்றுமாக முளைத்துக் கொண்டிருக்கும் குடியிருப்பு. குடிதண்ணீர்க் குழாய், தெருவிளக்கு போன்ற முனிசிபல் கடாட்சங்கள் கிடையாது. அடிக்கடி பக்கத்துக் காலனிக்குப் பாறாங்கல் அடிக்கும் மஞ்சள்நிற லாரிகள் தடதடத்துக்கொண்டு சென்றபின், புழுதிவால் அடங்க அஞ்சு நிமிஷம் ஆகும். ராத்திரி பக்கத்து வயல்காட்டிலிருந்து தவளைகள் சப்தமும் டெண்ட் கொட்டகை சினிமா வசனங்களும் கேட்கும்.

சரளா கடுகு வாங்கச் சென்றது என்னவோ பகலில்தான். ‘வாங்க சரளாம்மா. என்ன கண்லயே காண்றதில்லை?’

‘வீட்டிலே ரொம்ப வேலை அமீர்பாய்.’

அப்போது இரண்டு இளைஞர்கள் மோட்டார் சைக்கிளில் வந்து இறங்கி பெட்டிக்கடைப் பக்கம் போனார்கள். சரளா நிற்பதை அவர்கள் கவனிக்கவில்லை. நெற்றியில் சிவப்பு கர்ச்சீப் சுற்றி யிருந்தவனை சரளா பக்கத்து வீட்டில் அடிக்கடி பார்த்திருக்கிறாள். அவன் பெயர் கிருஷ்ணா. உடன் வந்தவனும் தெரிந்த பையனாகத் தோன்றினான். சீனுவோ என்னவோ பேர். இருவரும் நேராக வந்து பெட்டிக்கடையில் வீற்றிருந்த வாசுவைப் பிடித்து, ‘ஏண்டா, ரதி கிட்ட வம்பு பண்ணுவியா?’ என்று சொல்லி ஒருவன் வாசுவைப் பிடித்துக்கொள்ள, மற்றவன் கத்தி எடுத்து விலாவுக்குக் கீழே நடு மத்தியில் ‘சத்தக்’ என்று குத்திவிட்டான்.

வாசு அப்படியே வெற்றிலைகள் மிகுந்த மரத்தொட்டியில் ‘அய்யோ!’ என்று கவிழ, அவர்கள் மறுபடி அவனை நிறுத்தி வைத்து விலாவில் பக்கவாட்டில் குத்தினார்கள்.

சரளாவுக்கு ஆரம்பத்தில் அந்தக் காட்சியின் பயங்கரம் உறைக்க வில்லை. அவர்கள் குத்தி முடித்துச் சட்டென்று மோட்டார் சைக்கிளில் பாய்ந்து புழுதியுடன் புறப்பட்ட போதுதான் ‘அய்யோ!’ என்று கத்தினாள்.

‘என்னம்மா?’ என்றார் அமீர்பாய். அவர் கடுகு கட்டுவதில் கவனமாக இருந்ததால் இந்தச் சம்பவத்தைக் கவனிக்கவே இல்லை.

'வாசுவை அந்தப் பையங்க குத்திட்டுப் போறாங்க.'''

வாசு தடுமாறித் தடுமாறி முன்பக்கம் குனிந்து கடை வாசலில் விழுந்தான். அவன் வாய் பிளந்து சொல்லவோ, சுவாசிக்கவோ முயற்சி செய்தது. கை ஒரு மாதிரி வலிப்பு வந்ததுபோல் வெட்டி விட்டுச் சட்டென்று நின்று போக...

சத்தியமாக வாசு செத்துப் போய்விட்டான்.

சரளாவுக்கு உடம்பெல்லாம் பதற்றம் வந்து, 'என்ன அநியாயம்! அச்சச்சோ! என்ன அநியாயம்?' என்று புடைவைத் தலைப்பால் வாயைப் பொத்திக்கொண்டு பின் வாங்கினாள்.

மெல்ல ஜனங்கள் கீழே கிடந்த வாசுவை அணுக, அமீர்பாய் கடையிலிருந்து பாய்ந்து ஓட, யாரோ விசிறி, யாரோ பிளாஸ்டிக் பக்கெட்டில் தண்ணீர் என்று பல திசைகளிலிருந்தும் அணுக, சரளா - அந்தச் சம்பவத்தைக் கண்கூடாகப் பார்த்த ஒரே ஒரு சாட்சி, தன் வீட்டை நோக்கி ஓடினாள்.

'என்ன சரளா... என்ன ஆச்சு! ஏன் இப்படி ஓடி வர்றே?'

'அம்மா, கடை வாசல்ல கடை வாசல்ல...' அம்மா என்றுதான் மாமியாரைக் கூப்பிடுவாள்.

'என்ன கடை வாசல்ல...?'

'வாசுவை... வாசுவை... அந்த ரெண்டு பையன்களும் குத்திட்டா, பிராணன் போயிடுத்து. ரொம்ப ரத்தம்!'

'சீக்கிரம் வா. உள்ளே வந்துடு.'

மாமியார் அத்தனை கதவுகளையும் உள்பக்கம் தாளிட்டு விட்டாள்.

சரளா பாத்ரூமுக்குப்போய் முகத்தில் தண்ணீர் விட்டு அலம்பிக் கொண்டாள். அவள் கைகள் நடுங்க, நாக்கு உலர்ந்திருந்தது. ஒரு நிமிஷம் மார்பைப் பிடித்துக்கொண்டு நீண்ட மூச்சு விட்டாள்.

பாத்ரூம் சன்னல் வழியே தெரு தெரிந்தது. இப்போது வாசுவைச் சுற்றிப் பல பேர் கூடியிருக்க, பேருக்குப் பேர் நாட்டாண்மை செய்து கொண்டிருந்தார்கள்.

கூடத்துக்கு வந்து தலைப்பால் துடைத்துக்கொண்டு வந்தபோது, மாமியார் சன்னலை லேசாகத் திறந்து பார்த்துக்கொண்டிருந்தாள்.

'உயிர் போயிடுத்தா?'

'அப்படித்தான் தோண்றது.'

'நீ போய் எப்படி மாட்டிண்டே அங்கே?'

'அமீர்பாய் கடைக்குப் போனபோதுதான்...'

'பட்டப்பகல்ல தெருவில நடக்கறது பாரு! போலீஸ் வந்தாச்சு!'

'என்ன பண்ணுவா?'

'ஆஸ்பத்திரிக்கு எடுத்துண்டுபோய் 'போஸ்ட்மார்ட்டம்' பண்ணுவா. சரளா, நீ உள்ளே போயிடு.'

அந்தப் போலீஸ் இன்ஸ்பெக்டர் அமீர்பாயிடம் விசாரித்துக் கொண்டிருந்தார். அவர் சரளாவின் வீட்டைக் காண்பித்தார். போலீஸ் அதிகாரி தலையாட்டிவிட்டுச் சரளாவின் வீட்டை நோக்கி நடந்தார்.

'அய்யோ, இங்க வர்றான்! சரளா, நீ போய் சமையல் உள்ளே இரு!'

அவர் தன்னுடைய பிரம்பால் வாசல் கதவைத் தட்ட மாமியார், 'யாரு?' என்றாள்.

'போலீஸ், திறங்க கதவை!'

'நீ போடி உள்ளே! என்ன வேணும்?'

'கதவைத் திறங்க முதல்ல.'

'ஆத்திலே புருஷாள் யாரும் இல்லை?'

'திறங்க!'

மாமியார் பதற்றத்துடன், 'எங்கே போய்டுத்து இந்தப் பிராமணன்?' என்று கதவைத் திறக்க, அந்த இளம் இன்ஸ்பெக்டர் நிற்பதைக் கதவிடுக்கில் பார்த்தாள்.

'சரளான்னு யாருங்க இங்கே?'

'ஏன்?'

'அந்தப் பொட்டிக்கடையாண்டை ஒரு மர்டர் ஆயிடுச்சு. அந்தம்மா பார்த்தாங்களாம். கடைக்கார பாய் சொன்னார்.'

'இல்லையே, யாரும் பார்க்கலை.'

'நீங்க சரளாங்கறவங்களைக் கூப்பிடறீங்களா?'

இதற்குள் நடேசன் வந்துவிட்டார். 'யாரு?' என்றார்.

'சார், என் பேர் இன்ஸ்பெக்டர் ரவிராஜ். சரளாங்கறவங்களை விசாரிக்கணும்.'

'என்ன விஷயமா?'

'ஏங்க தெருவே அல்லோலப்படுது. என்ன விஷயம்னு கேக்க நீங்களே?'

'பொட்டிக்கடை வாசுவை யாரோ அநியாயமாக் குத்திட்டான்னா.'

'அய்யோ!'

'அதுக்கு சரளாவை விசாரிக்கணுமாம்.'

'சரளாவா? அவளுக்கு என்ன சம்பந்தம்?'

'பச்! அந்தம்மா ஒருத்தர்தான் பார்த்தாங்களாம். பாய் கடைல சொன்னாங்க!'

நடேசன் தீர்மானமாக, 'அதெல்லாம் அவ பார்த்திருக்க மாட்டா! அவளால எந்த சாட்சியும் சொல்ல முடியாது. ரொம்ப பயந்த பொண்ணு!'

'சார், சம்பவத்தைப் பார்த்தவங்க அவங்க ஒருத்தர்தான். அதான் அவங்களை அடையாளம் காட்ட முடியுமான்னு கேட்கணும்.'

நடேசன் தீவிரமாக மறுக்க, 'என்னடா ரோதனையாப் போச்சு! ஒண்ணு செய்யுங்க. அரை மணியில் திரும்பி வரேன். அதுக்குள்ள தீர்மானிச்சுக்குங்க. அந்தம்மாவை... இல்லைன்னா கோர்ட் ஆர்டர் வாங்கி விட்னஸாக் கூப்பிட வேண்டி வரும். எனக்கு நிறைய ஜோலி கிடக்குது. உங்ககிட்ட மன்றாட முடியாது. அரைமணி விட்டு வர்றேன்!'

அவர் போனதும் நடேசன் ஸ்வேதாவைக் கூப்பிட்டு, 'முதல்ல அண்ணாவை உடனே வரச்சொல்லு. அவனுக்குத்தான் ரூல்ஸ் தெரியும். சரளா எங்கே?'

'சமையல் உள்ளே ஒளிஞ்சுண்டு இருக்கா!'

'சரளா, வெளியில வாம்மா. பயப்படாதே. உன் இஷ்டம் இல்லாம யாரும் எதுவும் செய்ய முடியாது!'

சரளா தயக்கமாக வெளியே வந்தாள். 'நீ எதுவும் பார்க்கலை தானே?'

'பார்த்தேன் அப்பா!'

'என்ன பார்த்தே?'

'வாசுவை அவங்க ரெண்டு பேரும் கத்தியால குத்தினதை!'

'அவங்கன்னா?'

'பக்கத்து வீட்டில மோட்டார் சைக்கிள்ல வருவான் பாருங்கோ... கிருஷ்ணான்னு அவனும் அவன் சிநேகிதனும்.'

'அய்யோ...அந்த ரவுடியா? நிச்சயமாத் தெரியுமா?'

'அவன்தான் மாமா.'

நடேசன் கவலையுடன், 'எங்க இந்த ராஸ்கல் கோபு?'

கிருஷ்ணகோபால் உள்ளே வந்து, 'செருப்பை உதறிப்போட்டு, 'வாசு க்ளோஸ்! குடல் வெளில வந்துடுத்து!'

'சத்தம் போடாதே! மெள்ளப் பேசு!'

'மன்னி ஏன் பேயறைஞ்சா மாதிரி நிக்கறேள்?'

'பார்த்துட்டாப்பா!'

'பார்த்துட்டியா?'

'கோபு, கிருஷ்ணன்னு பக்கத்தாத்துக்கு மோட்டார் சைக்கிள்ல வருவான் பாரு... அவன்தான்.'

'நிச்சயமாத் தெரியுமா?'

'ஆமாம்!'

கோபு குரலைத் தாழ்த்தி, 'எங்கேயாவது வெளியில சொல்லி வைக்காதே. பெரிய ரௌடி அவன். நம்மையே குத்த வந்துடுவான். பாரதின்னு ஒரு பெண்ணை இவன் சைஸ் பண்ணி வெச்சிருந்தான். அவ வாசுவைத்தான் பண்ணிப்பேன்னு...'

'ரெட்டைப் பின்னல் பின்னிண்டு கறுப்பா?'

'ஆமா, அதான்!'

'மன்னி, கிருஷ்ணாதான் செய்தான்னு மூச்சுக்கூட விடாதே. அவன் பயங்கற ரௌடி. தென்னந்தோப்பிலே ரெண்டு பேரைப் புதைச்சிருக்கான்!'

'போலீஸ்ல அரைமணி கழிச்சு விசாரிக்க வரப்போறா!'

'பார்க்கவே இல்லை. ஒண்ணுமே தெரியாதுன்னு சொல்லிடு! இல்லைன்னா ரொம்ப ப்ராப்ளமாயிடும். நம்ம எல்லோருக்கும் டேஞ்சர்.'

'எதுக்கும் நாராயணன் வரட்டும். நீ உள்ளே போ சரளா.'

நாராயணனுக்கு ஃபாக்டரிக்கு போன் செய்ததில் பதினைந்து நிமிஷத்தில் வந்துவிட்டான். எல்லோரும் கூடத்தில் இதை விவாதித்துக் கொண்டிருந்ததை மௌனமாக நடுக்கத்துடன் சமையல் அறையிலிருந்து கேட்டுக் கொண்டிருந்தாள். சின்னாளி புடைவைத் தலைப்பை விலக்கி இன்னும் பால் சாப்பிட்டுக் கொண்டிருந்தது.

'நிச்சயமா பார்த்தாளாமா?'

'அப்படித்தான் சொல்றாப்பா! கிருஷ்ணாங்கறா!'

'அது அப்பாவி! யாரைப் பார்த்தாலும் கிருஷ்ணாங்கும்!'

'அண்ணா, மன்னிக்கு நல்ல அப்ஸர்வேஷன். இதிலெல்லாம் தப்புப் பண்ணமாட்டா!'

'இப்ப கிருஷ்ணான்னு சாட்சி சொன்னா என்ன ஆகும்?'

'அரெஸ்ட் பண்ணுவா. பெயில்ல வந்துடுவான் வெளியில. வந்த கையோட இங்க வந்துடுவான்!'

'எதுக்கு கோபு?'

'எதுக்கா? பயமுறுத்த. தீர்த்துக்கட்ட. அவன்கூட வம்பே வெச்சுக்கக்கூடாது. கொலை பாதகன் அண்ணா. நீ மன்னி கிட்டத் தீர்மானமாச் சொல்லிடு... கிருஷ்ணா பேச்சே எடுக்கக் கூடாதுன்னு! ஏற்கெனவே பயந்தாங்கொள்ளி... இப்பவே ஜன்னி பிறந்த மாதிரி ஆயிட்டா...'

'வேற யாரும் பார்க்கலையாமா?'

'மத்தியான வேளை. யாரும் இல்லை. பார்த்திருந்தாலும் சாட்சி சொல்லமாட்டா. அமீர்பாய் பேசாம சரளாவைக் காட்டிட்டான்!'

'நாம இதில மாட்டிக்க வேண்டாம் அண்ணா!'

'அந்த இன்ஸ்பெக்டருக்கு என்ன உரிமை இருக்கு? ஆஸ் எ ஸிட்டிஸன், நம்மாத்துல எப்படி நுழையலாம்?'

'போயிட்டுப் போறது. போலீஸ்கூட கன்ஃப்ரன்டேஷன் இல்லாம பார்த்துக்கலாம்.'

'எப்படி?'

'எங்களுக்கு ஒண்ணுமே தெரியாது. எதையும் பார்க்கலை. பேசாம மளிகைக்கடைல கடுகு வாங்கிண்டிருந்தேன்னு சொல்லிடறது.'

'அதுவும் நல்ல உபாயம்தான். இல்லை, அங்கே போகவே இல்லைன்னுகூடச் சொல்லிடலாம்.'

'அது வேண்டாம். அமீர்பாய் ஏறுமாறா ஏதாவது சொல்லி யிருப்பான்.'

நாராயணன், 'சரளா...' என்று அவளை அழைக்க, 'பார்த்துப் பேசு. அதட்டாதே. ரொம்பப் பயந்துண்டு இருக்கா!'

சரளா குழந்தையுடன் வெளியே வர, நாராயணன் அவளைத் தோளோடு அணைத்து, 'பாரும்மா சரளா... நீ பார்த்தது பெரிய அதிர்ச்சிதான். ஏதோ விதி! ஆனால், அந்தக் கிருஷ்ணாதான் செய்தான்னு போலீஸ்கிட்டச் சொல்றதில் நமக்கு ரொம்பச் சிக்கல் ஏற்படும். நீதான் பாத்தியோல்லியோ? கொலைக்கும் அஞ்ச மாட்டான். சாட்சி சொன்னா உன்னைத் துரத்திண்டு

வந்துடுவான். அட் தி ஸேம் டைம் போலீஸ்கிட்ட நாம சாட்சி சொல்ல மாட்டோம்னு முரண்டு பண்றதும் நல்லதில்லை. என்ன நான் சொல்றது?'

'புரியறது' என்று தலையாட்டினாள்.

'அந்த இன்ஸ்பெக்டர் வந்து விசாரிப்பார். அப்ப என்ன சொல்லணும்?'

'நீங்களே சொல்லிடுங்களேன்.'

'உன்னைத்தான் பதில் சொல்லச் சொல்வார்!'

'எனக்கு ஒண்ணுமே தெரியாது. நான் எதையும் பார்க்கலைன்னு சொல்லிடறேன். நமக்கு எதுக்கு வம்பு?'

'சபாஷ்! உனக்கும் புத்தி இருக்கு. நம்ம சரளாவை என்னங்கறே அம்மா?'

'மன்னி, அந்தக் கிருஷ்ணாதானா? நேரில் பார்த்தியா?

'ஆமாம், ஸ்வேதா!'

'ஸ்வேதா, நீ உள்ளே போடி. அவளைப் போட்டுக் குழப்ப வேண்டாம்.'

'குழப்பமே வேண்டாம். தெளிவா இருக்கு. நான் எதுவும் பார்க்கலைன்னு சொல்லிடப் போறேன்.'

'அந்த இன்ஸ்பெக்டரைப் பார்த்து பயந்துக்காதே!'

'நான் உங்களைப் பார்த்துண்டு சொல்லிடறேன்.'

'உன்னை போலீஸ் எதுவும் பண்ண முடியாது தெரியுமா?'

'அப்படியா?'

'பயப்படவே வேண்டாம்.'

'பயம் இல்லைன்னா... ஒரு மாதிரி திகில்! பாத்ததிலிருந்து ஒரு மாதிரி நடுக்கம்... சாப்பாடு வேண்டியிருக்கலை. ஜுரம் மாதிரி... அத்தனை கிட்டத்தில்.'

‘இந்த ஏரியாவே வேண்டாம். வீட்டை வித்துட்டு வேற எடத்துக்குப் போய்டலாம்.’

‘நேராக் குத்திட்டானா? என்றான் கோபு.

‘கோபு, நீ சும்மாயிரு’ என்று நாராயணன் அதட்டி மகாலட்சுமியை வாங்கிக்கொள்ள முயற்சி செய்தான். அது மறுத்தது.

‘நீ உள்ளே போ.’

சரளா உள்ளே செல்ல, அதற்குள் வாசலில் சுறுசுறுப்பாகக் கதவைப் பிரம்பால் தட்டும் சப்தம் கேட்டது. இன்ஸ்பெக்டர் உள்ளே நுழைந்து, ‘என்ன, தீர்மானிச்சீங்களா? எங்கே சரளா? அவங்களைக் கூப்பிடுங்க! பாடாவதிப்பா கேஸ்! ஒரு கிளாஸ் வாட்டர் தர்றீங்களா?’ தொப்பியைத் திறந்து தலையைத் துடைத்துக்கொண்டு நாற்காலியில் உட்கார்ந்தார்.

‘ஐம் நாராயணன், சரளாவின் ஹஸ்பெண்ட்!’

‘அவங்களைக் கூப்பிடுங்க முதல்ல.’

‘எதுக்கு?’

‘எதுக்கா? அவங்க ஒருத்தர்தான் இந்தச் சம்பவத்தைப் பார்த்திருக்காங்க. அவங்க சாட்சியை வெச்சுக்கிட்டுத்தான் அந்த ரௌடிங்களை அரெஸ்ட் பண்ணணும்... உங்க பக்கத்து வீடு தானாமே! கிருஷ்ணான்னு ஒருத்தன்... ஏதோ பொம்பளை விஷயம்... ம்... சீக்கிரம் கூப்பிடுங்க. கான்ஸ்டபிள், அந்த பாரதிங்கற பொண்ணு எங்கேன்னு விசாரிங்க.’

‘இன்ஸ்பெக்டர், என் மனைவி எதையும் பார்க்கலை. எதுவும் பார்க்கலை...’

‘அதை அவங்க சொல்லட்டும்!’

‘அவ கொஞ்சம் பயந்த சுபாவம்!’

‘நான் என்ன கடிச்சு சாப்பிடவா போறேன்? கூப்பிடுங்க! என்ன இது?’

நாராயணன் தன் தந்தையைப் பார்க்க, ‘ஸ்வேதா, போய் மன்னியைக் கூட்டிண்டு வா.’

ஸ்வேதா சமையலறைக்கு வந்து, 'மன்னி... கூப்பிடறா?'

'ஸ்வேதா எனக்குக் கை நடுங்குகிறது.'

'பயப்படாதீங்க மன்னி. நாங்கள்ளாம் இருக்கோம். எனக்கு ஒண்ணுமே தெரியாதுன்னு சொல்லிடுங்க. அவ்வளவுதான் மேல கேக்கமாட்டா.'

'துப்பாக்கி வெச்சுண்டிருக்காரா?'

'பச்! ஒண்ணும் ஆகாது. வாங்க!'

சரளா மெல்ல வெளிப்பட்டு ஹாலுக்கு நுழைய, அங்கே மௌனம் நிலவியது. இன்ஸ்பெக்டர் ரவிராஜ் எழுந்து, 'வாங்கம்மா, உங்களைத்தான் எதிர்பார்த்துக்கிட்டு இருக்கோம். உங்க சாட்சியை வெச்சுக்கிட்டுதான் மேற்கொண்டு அரெஸ்ட் காரியம் நடக்கணும். நான் கேக்கற கேள்விக்கு உண்மையாப் பதில் சொல்லுங்க. அந்த அமீர்பாய் கடைல நின்னுக்கிட்டு இருந்தபோது என்ன பார்த்தீங்க?' என்றார்.

சரளா பயத்துடன் நாராயணனைப் பார்த்தாள்.

அவன் 'பயப்படாதே, அவர் ஒண்ணும் பண்ணமாட்டார், ஏதாவது பார்த்திருந்தாத்தானே... பிரச்னை?'

இடுப்பில் குழந்தையுடன் சரளா மெல்லப் பேசினாள்.

'அமீர்பாய் கடைல கடுகு வாங்கப் போனபோது, பக்கத்து வீட்டுக்குக் கிருஷ்ணான்னு ஒருத்தன் அடிக்கடி வருவான். அவனும் அவன்கூட இன்னொருத்தன் வருவான். அவன் பேரு சீனுவோ என்னவோ... ரெண்டு பேரும் மோட்டார் சைக்கிள்ல வந்தாங்க. பொட்டிக்கடை வாசுகிட்ட, 'ஏண்டா ரதிகிட்ட வம்பு பண்ணுவியா'ன்னு சொல்லிட்டுக் கத்தி எடுத்து, ஒருத்தன் பிடிச்சுக்க, மத்தவன் விலாவிலயும், வயித்திலயும் குத்தினான். இதுதான் நான் பார்த்தேன்' என்றாள்.

7

நீலப் புடைவை, ரோஜாப்பூ

பதினெட்டு வருஷ மணவாழ்வில் ஒரு முறைகூட மோகனரங்கம் மனைவிக்குத் துரோகம் பண்ணிய தில்லை. இப்போது மட்டும் என்ன, வெறும் காகித துரோகம்தானே?

'அன்புள்ள நரேஷ்.

(நரேஷ் என்றுதான் பெயர் கொடுத்திருக்கிறான்).

கடிதங்களைத் துறந்துவிட்டு நாம் சாதிக்க வேண்டிய வேளை நெருக்கம் வந்துவிட்டது. சந்திப்பதால் நாம் இருவரும் சமூகம் நியமித்த லட்சுமண ரேகைகளைத் தாண்டுகிறோம். கொஞ்சமேனும் நம் மறுபாதிகளுக்கும் நம்மை அறிமுகம் செய்து வைத்தவர்களுக்கும் துரோகம் செய்கிறோம் என்பதை அறிந்தும் நான் முடி வெடுத்துவிட்டேன். காரணம், என் வாழ்க்கையில் உள்ள வெறுமை. புதன் மாலை 21 ஆம் தேதி செங்கல்வராயன் பூங்காவில் நான் உங்களுக்குப் பிடித்த நீலப்புடைவை அணிந்து வருகிறேன். கையில் ரோஜாப்பூ வைத்தி ருப்பேன். நீங்களும் நீலச்சட்டை ரோஜாவுடன் வாருங் கள். ஆறு முப்பதுக்கு! - வினு.'

வினு என்ற பெயரே அவனைக் கிறங்க அடித்தது. மேலும் கடிதத்தில் பொதிந்திருந்த லேசான சதி, மனைவி பத்மாவுக்குச் செய்யப் போகும் துரோகச் செயலின் அனாசாரம், அனைத்தும் அவன் நரம்பு முறுக்கை அதிகரித்திருந்தது.

முடி திருத்தத்தில் நாவிதர் விரல்களால் அவன் தலைமுடியைப் பிடித்துச் சாயம் ஏற்ற, இளமைத் தயக்கத்துடன் திரும்பியபோது யோசித்தான். 'ஜாக்கிரதை! பத்மாவுக்குத் தெரியக்கூடாது! எவ்விதமான உற்சாகமும் காட்டாதே. எப்போதும்போல் இரு. உன் மனைவிக்கு உன் அத்தனை மௌன விசித்திரங்களும் தெரியும். பதினெட்டு வருஷம் என்றால் சும்மாவா?'

பதினெட்டு வருஷத்தில் எத்தனை வார்த்தைகள் பேசியிருப்பார்கள்? இப்போது தினம் பதினெட்டு வார்த்தைகளுக்கு மிகாது! அத்தனை சொற்பம் அவர்கள் பரஸ்பர உரையாடல். கட்டிலுக் கருகில் ஒரு 'எழுந்தாச்சா?'... குளித்துவிட்டு மேசைக்கு அருகில் ஒரு 'தயாரா'?... செய்தித்தாளால் முகத்தை மறைத்துக்கொண்டு சிற்றுண்டி. அலுவலகம் புறப்படும்போது 'போய் வருகிறேன்'. கையசைப்பு இல்லை. கன்னத்தில் பரிவுடன் ஒரு தட்டு இல்லை. மாலை வந்ததும் உடை மாற்றிக்கொண்டு சீட்டாடப் புறப் படுவான். இரவு திரும்பும்போது பெரும்பாலும் சாப்பாடு மேசை மேல் வைத்திருக்கும். மௌனமாக எடுத்துப் போட்டுக் கொண்டு சாப்பிடுகையில், அவள் தூங்கிப் போயிருப்பாள். இரண்டு பேருக்கும் தனித்தனி சாவி. தனித்தனி தீவு! வாரம் ஒரு முறை அல்லது இருமுறைதான் நிமிர்ந்து ஒருவரை ஒருவர் பார்த்துக் கொள்வார்கள். வருஷத்தில் அவள் அறையில் ஒருமுறைகூட நுழைந்தது கிடையாது.

விடுமுறை நாட்களில் தாமதித்து எழுந்திருப்பான். விளையாடப் போய் மத்யானம் வரும்போது அவள் தொலைக்காட்சியில் மூழ்கி இருப்பாள். இவனைக் கண்டதும் எழுந்து சமையலறைக்குச் சென்று மௌனமாகப் பரிமாறுவாள். சில சமயம், 'வேலைக்காரி வரலை.'

'ஓ!'

'சாயங்காலம் சினிமா போகலாம்னு இருக்கேன்.'

'போய்ட்டு வாயேன்.'

'நீங்க?'

'நான் வரலை.'

அதிகப்படியாக இவ்வளவுதான் உரையாடல்.

சுதர்சன்தான் யோசனை சொன்னான்.

'ஓர் அனாதைக் குழந்தையை எடுத்து வளருங்களேன்.'

'இல்லை சுதர்சன். அதனால் எங்களுக்குள்ள பிரச்னை தீர்ந்துடும்னு தோணலை.'

'உங்க பிரச்னை என்னன்னு தெரியலை.'

'ரெண்டு பேருக்கும் இடையே ஒரு தனிமை தொடர்கிறது! விடுதியில் இருக்கிற மாதிரி இருக்கோம். எப்படி ஆச்சுன்னே தெரியலை. ஆரம்பத்தில் தினம் பேசிச் சிரிச்சிக்கிட்டுதான் இருந்ததா ஞாபகம்.'

'இதுக்கு யாரு காரணம்?'

'இரண்டு பேரும்தான்! பிடிவாதம். எங்க மணவாழ்க்கையில் நிகழ்ந்த வெவ்வேறு சம்பவங்கள். அறியாமை, புரியாமை, பொறாமை...'

'உனக்கு என்ன வேண்டும்? விவாகரத்தா?'

'இப்ப இல்லை.'

'பின்னே?'

'எனக்கு மாறுதல் வேணும்.'

சுதர்சன் மூன்றாம் நாள் தொலைபேசியில் பேசினான்.

'மோகன் ஒரு காரியம் பண்ணு, உன் மனத்தில் இருக்கிறதை ஒரு கடிதமா எழுது!'

'யாருக்கு?'

'யாரோ ஒருத்திக்கு... ஏன் 'யாரோ ஒருத்திக்கு'ன்னு ஆரம்பித்தே எழுது, எல்லாவற்றையும் எழுது.'

'எழுதி?'

'ஒரு தபால் பெட்டி எண் முகவரி கொடுப்பேன். யாரிடமும் சொல்லாதே. அதற்குத் தபாலில் அனுப்பு. உன் பெயரைப் போடாதே. முதலில் வேறு பெயரில் அனுப்பு.'

மத்யமர் ♦ 67

'அனுப்பினால்?'

'நடக்கிறதைப் பாரேன்.'

மறுதினமே அந்தக் கடிதத்தை எழுதி அனுப்பினான். அச்சடித்த காகிதம் பதிலாக வந்தது.

'உங்கள் கடிதத்துக்கு வரும் பதில்களை உங்களுக்கு அனுப்பும்முன் எங்கள் விதிமுறைகளை அறிந்து கொள்ளுங்கள்.

1. எக்காரணம் கொண்டும் கடிதம் எழுதுபவர்கள் சந்தித்துக் கொள்ளக்கூடாது.

2. சொந்தப் பெயர்களைப் பயன்படுத்தாதீர்கள்.

3. எந்தவிதமான விளைவுகளுக்கும் நாங்கள் பொறுப்பல்ல.

4. உடன் ரூ.100க்கு காசோலை அனுப்புங்கள்.

(இது எங்கள் நிர்வாகச் செலவுக்கு).'

அவன் எழுதிய முதல் கடிதத்துக்கு எட்டு பதில் கடிதங்கள் வந்தன. அவற்றில் வினுவின் கடிதம்தான் அவன் மனத்தைக் கவர்ந்தது!

'அன்புள்ள ஸ்ரீமான் நரேஷ்,

பல்வேறு காரணங்களால் (விதி என்று ஒப்புக்கொள்ள விருப்பமில்லை) நாம் தப்பான உறவுகளில் சிக்கிக் கொள்கிறோம். திருத்தி, மாற்ற இந்திய சமூகம் அனுமதிப்பதில்லை. உங்கள் கடிதத்தைப் பார்த்தபோது நம் இருவர் தனிமையிலும் ஒரு பொதுசோகம் இருப்பது புரிந்தது. பொதுநிவர்த்தியும் இருக்கலாம். என் பெயர் வினு. நான் நிறையப் படிப்பேன். எனக்கு வசந்த நாள் காலையும் புதிதாகப் பிறந்த கன்றுக் குட்டிகளும் ஓடும் மேகங்களும் என் ஜன்னல் வழியே கூப்பிடும் பெயர் தெரியாத பறவைகளும் பிடிக்கும். பெண் விடுதலையில் எனக்கு நம்பிக்கை இல்லை. பெண்ணுக்கு நிஜவிடுதலை கிடையாது. உங்கள் கடிதத்திலிருந்து உங்களுடன் பேசலாம் என்று ஆசை ஏற்படுகிறது. விருப்பமா? - வினு.'

விருப்பம் என்று சொல்ல, இருவரிடையே பத்துப் பதினைந்து நாட்களுக்கு ஒருமுறை கடிதப் பரிமாற்றம் ஏற்பட்டு, இருவரும் ஒருவரை ஒருவர் படிப்படியாக அறிந்து கொள்ள முடிந்தது.

வினுவுக்கு உர்ஸுலா என்னும் ஆங்கில எழுத்தாளியும் ப்ரெஞ்சுப் புரட்சியின்போது பெண் விடுதலை பேசிய மேரி என்பவளும் பிடிக்கும். தாகூர், கிருஷ்ணமூர்த்தி, ஆண்டாள், அக்க மகாதேவி, காரைக்கால் அம்மையார் என்று பலரையும் பற்றி எழுதினாள். மோகனுக்கு அவளுடைய உன்னத வாக்கியங்களுக்கு ஈடாக எழுத முடியாவிட்டாலும் 'பரவாயில்லை. உங்கள் வார்த்தைகளில் உள்ள யோக்கியம் போதும்' என்றாள்.

இருவரும் விதிகளை மீறிச் சந்தித்துக் கொள்ளலாம் என்கிற சதி எண்ணம், எட்டாவது கடிதத்தில், 'எழுத்துக்கும் கடிதங்களுக்கும் ஒரு ஸ்பரிச எல்லை இருக்கிறது. அதை மீறலாமா?' என்று தைரியமாகக் கேட்டு எழுதிவிட்டான். அதற்கு அவள் ஒன்பதாவது கடிதம் முழுதும் ஏன் கூடாது என்று ஒரு பக்கம் காரணம் எழுதிவிட்டு, 'நான் மேலே எழுதியது அத்தனையும் பாசாங்கு, எனக்கும் உங்களைப் பார்க்கத்தான் ஆசை!'

சுதர்சனிடம் சொன்னபோது, 'தயவு செய்து அது மட்டும் செய்யாதே மோகன். அது துரோகம்!'

'யாருக்கு?'

'முதலில் உன் மனைவிக்கு. அதன்பின் இந்த சிநேகிதத்தை ஏற்பாடு செய்து கொடுத்த இந்த சங்கத்தின் நம்பிக்கைக்கு...'

'நாங்கள் சந்திப்பதால் இவர்களுக்கு என்ன?'

'சொன்னால் புரியாது. சந்திப்பதைவிட அதன் எதிர்பார்ப்பில் தான் வசீகரம் உள்ளது. அந்தப் பெண்ணை நீ சந்தித்துவிட்டால் எதிர்பார்ப்பு மறைந்துவிடும்... அவள் எப்படி இருப்பாள் என்று நீ எதிர்பார்க்கிறாய்?'

'அப்படி எதுவும் இல்லை.'

'பொய்!'

'அவள் எப்படி இருந்தாலும் அவளை ஏற்றுக்கொள்ளத் தயாராக இருக்கிறேன்.'

'ஏற்றுக்கொண்டு... அதன்பின் என்ன?'

'முதலில் அவளைச் சந்திக்கிறேன்.'

'இந்தச் சிக்கல்தான் வேண்டாம் என்கிறது எங்கள் அமைப்பு. அனாவசியத்துக்கு நீ மறுகல்யாணம் என்று வக்கீல்கள் பின்னால் விவாகரத்துக்கு அலைவாய். உன் கதி சரி. உன் மனைவி கதி என்ன ஆவது? அந்தப் பெண்ணுக்குக் கல்யாணம் ஆகியிருக்கிறதா?'

'கேட்கவில்லை.'

'எதற்காக ஒரு அழகான கவிதையைக் கலைக்கிறாய்? தொடர்ந்து கடிதம் எழுதிக்கொண்டிருங்கள். ஆனால் சந்திக்காதீர்கள். எந்த உறவும்... பார்த்தல், பேசுதல், தொடுதல் என்று இறங்கும்போது விழுந்து விடுகிறது. உச்சக்கட்டம் கடந்துவிடுகிறது. மோகன்! சில கேள்விகளுக்குப் பதில் தெரியாமல் இருப்பதே நல்லது என்று விஞ்ஞானிகள்கூட இப்போது நினைக்கிறார்கள்! உன் வாழ்க்கையைச் சிக்கலாக்காதே அவ்வளவுதான்.'

அவன் சொன்னதை முழுவதும் அவளுக்கு எழுதினான். அதற்குப் பதில், 'நண்பர் சொல்வது உண்மைதான்! இருந்தும் சந்திப்போம். விதிகளைவிட விதிகளை மீறலில்தான் வசீகரம்.'

தலைமுடிச் சாயம், ஷாம்பு எல்லாம் முடிந்தபின் மூக்கிலிருந்து எட்டிப் பார்த்த ஒற்றை நரையை லாகவமாக கத்திரி நுனியால் நாவிதர் வெட்டிஅவனை நாற்காலியிலிருந்து விடுவித்தார்.

'எத்தனையப்பா?'

'குடுங்க உங்க இஷ்டம்.'

அவன் பிரதிபிம்பம் அவனுக்கே பிடித்திருக்க, பத்து ரூபாய் கொடுத்தான்.

மறுநாள் வீட்டைவிட்டுக் கிளம்பும்போது பத்மாவைக் கூப்பிட்டான். பதில் இல்லை. அவள் அறையில் எட்டிப் பார்த்த போது கண் மூடிப் படுத்திருந்தாள்.

அவளைப் பார்க்கக் கொஞ்சம் இரக்கமாக இருந்தது. நான் இல்லாமல் இவளால் தனித்து வாழ முடியுமா? அண்ணன், அக்கா வீட்டில் இவளைச் சம்மதிப்பார்களா? அனுமதிப்பார்களா?

சே! சும்மா பார்க்கத்தானே போகிறேன். வேறு என்ன? ஏன் இப்போதே எல்லா சிக்கல்களையும் யோசிக்க வேண்டும்.

செங்கல்வராயன் பூங்காவில் கூட்டமில்லை. வானொலி தழை உரம், அடி உரம் பற்றி விவசாயம் பேசிக்கொண்டிருக்க ஓய்வாளிகள் முழுக்கைச் சட்டையுடன் கோல் மேல் கை, கால் மேல் கால் என்று கல் நாற்காலிகளில் வீற்றிருந்து பேசிக் கொண்டிருந்தார்கள்.

பதற்றத்துடன் அவன் பூங்காவின் வாசலுக்கு வந்து நின்றான். வெளிர் நீலத்தில் சட்டை அணிந்து, கையில் ஒரு ரோஜா வைத்திருந்தான். அதை அடிக்கடி முகர்ந்து பார்த்துக் கொண்டான். பலர் பல திசையிலும் போய்வந்து கொண்டிருந்தார்கள். எதிரே பட்டுப்புடைவைக்கடை வாசலில் கணவர்கள் காத்திருந்தார்கள். தண்ணீர் லோட்டாவுக்குச் சங்கிலி போட்டிருந்தது. கைவண்டி நிறைய மாம்பழங்கள் அடுக்கியிருந்தது. ஓடுகிற பேருந்திலிருந்து மூலைத் திருப்பத்தில் மாணவர்கள் இறங்க, முன் பக்க கணவனின் தொடையைத் தொட்டுக்கொண்டு மனைவிமார் இரு சக்கரப் பிரயாணம் செய்தனர். எதிரே பள்ளிப் பிள்ளைகளின் பிரார்த்தனைப் பாடல் ஒலித்தது.

வினுவை இன்னும் காணோம்.

கைக்கடிகாரத்தைப் பார்த்தான். ஆறு நாற்பது. பத்து நிமிஷம் தான். சரியாக ஏழுவரை பார்க்கலாம். இந்த வாசல் தானே... சட்டென்று எதிரே மற்றொரு வாசல் இருப்பதைக் கவனித்தான். அது இதைவிடச் சிறியது. 'செங்கல்வராயன் பூங்கா' என்று இங்குதான் பெயர் எழுதியுள்ளது, இதுதான். ஒருவேளை அதுவோ? எதற்கும் ஒரு முறை அங்கேபோய் பார்த்துவிடலாம்! சட்டென்று பார்த்துவிட்டு வந்து விடலாம்! மணி 6.50. அங்கே போனபோது, தூரத்திலேயே நீலப்புடைவையைப் பார்த்து விட்டான். அவன் இதயம் ஒருமுறை துடிப்பில் தடுக்கியது. வேகமாக நடந்து அவளை அணுக அவள் நல்ல சிவப்பாக உயரமாக இருப்பதைக் கவனித்து இதயம் இன்னும் சில துடிப்புகளைத் தவறவிட, 'வினு! வினு!' என்று அழைத்துக் கொண்டே வேகமாக அணுக, அவள் சட்டென்று சாலையைக் கடந்து அந்தப் பக்கம் செல்வதைக் கவனித்தான்.

இவன் அந்த இடத்தை அடைந்து குறுக்கே கடப்பதற்குள் பேருந்துகள் 'விருட் விருட்'டெனக் கடந்து செல்ல, எதிர்சாரியை அடைவதற்குள்...

அவளைக் காணவில்லை.

திடுக்கிட்டு இருபுறமும் பார்த்தபோது தூரத்தில் வாடகை ஊர்தியில் அவள் சென்றதுபோலத் தெரிந்தது.

'சே! என்ன முட்டாள் நான். இத்தனை நேரம் காத்திருந்து விட்டு நான் வரவில்லை என்று தீர்மானித்துப் புறப்பட்டுச் சென்று விட்டாள். ஊர்தியின் எண்ணைக் குறித்து வைக்க முடிய வில்லை. என்னை அவள் பார்க்கவில்லை. இத்தனை நேரம் காத்திருந்துவிட்டுப் புறப்பட்டு விட்டாள்! என்ன நினைத்துக் கொள்வாள்? கோழை என்றுதானே! இவள்தானோ! ஆம் இவள் தான். ரோஜாவைப் பார்த்தோமோ? இவள்தான்! ஒரு வாய்ப்பை இழந்தேன்!'

மோகனுக்கு அழுகை வந்தது. இனி என்ன? அடுத்த கடிதம் வரும்வரை காத்திருக்க வேண்டும். ஒரு வேளை 'இயக்கத்து'க்கு தகவல் தெரிந்து அவர்கள் அழைத்துச் சென்றார்களோ! இல்லை இல்லை... எதற்கும் அடுத்த கடிதம்வரை காத்திருக்கத்தான் வேண்டும்.

வீட்டுக்குத் திரும்பியபோது பத்மா வாசல் கதவைப் பூட்டிக் கொண்டிருந்தாள். 'சாவி குடு. நான் வந்தாச்சு' என்றான்.

அவள் சாவியை அவனிடம் கொடுத்துவிட்டு, 'கோயிலுக்குப் போறேன். வரீங்களா?' என்றாள்.

'நான் வரலை. நீ போ!'

'ஏன்?'

'எனக்கு மனசு சரியில்லை.' அவள் அவனை வெறித்துப் பார்த்தாள்.

'உங்ககூட பேசணும்.'

'அப்புறம்! அப்புறம்!'

அவனைச் சற்று நிமிர்ந்து பார்த்த நேர் பார்வையை அவன் தவிர்த்தான். அவன் மனசில் ஏமாற்றம் பொங்கி வழிந்தது, அழுகை வரும்போல இருந்தது. சட்டையை உரிக்கும்போது எதிரே கண்ணாடியில் அவன் கன்னங்கரேல் என்ற தலைமயிர் இப்போது பரிதாபகரமாக அவன் முகத்தில் தெரிந்த ஆயாசத்துக்குப் பொருத்த மில்லாமல் இருந்தது. காகிதம் தேடி எழுதத் தொடங்கினான்.

'வினு என்னை மன்னித்துவிடு. குழப்பம். குழப்பம். நீ வந்த வாசல் எது நான் நின்ற வாசல் எ...' என்று ஆரம்பித்த கடிதத்தின், பாதியில் பேனா மக்கர் பண்ணியது. பத்மாவின் அறைக்குச் சென்று அலங்கார மேசையின் இழுப்பறைக்குள் பேனா தேடினான். கிடைக்கவில்லை. கண்ணாடி வழியாகப் பத்மாவின் படுக்கையைப் பார்த்துத் திடுக்கிட்டான்.

நீலப் புடைவையும் ஒரு ரோஜாவும் படுக்கைமேல் இருந்தன.

8

மற்றொருத்தி தேவை

ஒரு விதத்தில் அந்தத் தகவலைச் சாரதா எதிர் பார்த்துக் கொண்டிருந்ததால் சுப்புராஜு சொன்ன போது அதற்குண்டான அதிர்ச்சி ஏற்படவில்லை. ஆனால், ரொம்ப வருத்தமாக இருந்தது.

சுப்புராஜு அவளை நேராகப் பார்க்காமல் ஒருவாறு கண்ணைச் சுருக்கிக்கொண்டு சிறிதே அவமானத் துடன்தான் சொன்னான்.

'அவரு, நிச்சயம் தவறாம தினம் அந்த வீட்டுக்குத் தான் அக்கா போறாரு. ஆபீஸ்லேருந்து பெரும் பாலும் மூணு மணிக்குக் கிளம்பிட்டு அங்கே போயிடறாரு. ராத்திரி எப்ப வீட்டுக்கு வர்றாரு?'

'ஒம்பது ஒம்பதரை.'

'அதுவரைக்கும் அங்கதான் இருக்காரு. ஒப்பனா கார்ல போய் வர்றாங்க. தினம் வீடியோ காஸெட்டு வாங்கிட்டு வர்றாங்க. பார்க்கறாங்க போலே.'

'அவளைப் பாத்தியாடா சுப்பு?'

'பார்த்தேன் அக்கா. உன்னைவிடச் சின்னவ.'

'கறுப்பா, சிவப்பா, அழகா, குண்டா, எப்படிடா இருக்கா?'

'எனக்கு என்னவோ அப்படி ஒண்ணும் பெரிய ரூபவதின்னே சொல்ல முடியலை. கொஞ்சம்

ரெட்டை நாடி, பெரிசாப் பொட்டு வெச்சுக்கின்னு... பார்த்தாலே அப்படியே ரெண்டு கன்னத்தையும் பிடிச்சுக் கிழிக்கலாம்னு ஆத்திரம் வருதுக்கா! அத்தானுக்கு எப்படிப் புத்தி இப்படிப் போவுது... உனக்கு என்ன குறை?'

'விதிடா!'

'ரமேஷுக்கு தெரியுமா?'

'தெரியாது. தெரிஞ்சாலும் அவன் மனசுக்குள்ளேதான் வெச்சுப் பான். பன்னண்டு வயசுக்கு அவனுக்கு எத்தனை அழுத்தம்!'

'அக்கா, நான் மாப்பிள்ளைகிட்டே நேராக் கேட்டுடவா?'

'இல்லை சுப்பு, கேட்க வேண்டியது நான்!'

'அத்தானை நீ துரத்திடுக்கா! இல்லை விட்டு விலகிடு!'

'விலகி வந்தால் நீ என்னை வெச்சிக்கிட்டுச் சோறு போடுவியா சுப்பு? உன் பெண்சாதி சம்மதிப்பாளா சுப்பு? எனக்குப் போக்கிடம் இருக்குதா சுப்பு?' சுப்புவிடம் இதற்கு நேரடியான பதில் இல்லை.

'அப்பா, அம்மா இருந்திருந்தால் இந்த மாதிரி நடந்திருக்குமா? அப்பா இருக்கிறவரைக்கும் எத்தனை பயந்துகிட்டு மரியாதையா இருந்தாரு மாப்பிள்ளை. தான் பண்றது தப்பு, அநியாயம்னு முதல்ல அவரு உணர்றா மாதிரி பளிச்சுன்னு சொல்லிடு.'

'சொல்லி?'

சுப்புராஜு மௌனமாக இருக்க, சாரதா அவனுக்குக் காப்பி கொண்டுவரச் சென்றாள். அவளுடன் வந்த சுப்புராஜு, 'நாலு ஆளை வெச்சு அந்தப் பொம்பளையை உண்டு இல்லைன்னு அடிச்சுப் போட்டுடுவோமா?'

'தப்பு நம்மாளுகிட்ட இருக்கறப்ப, அவளை எதுக்கு அடிக்கணும்?'

'கல்யாணம் ஆன ஒரு ஆள்கூடச் சகவாசம் வெச்சுக்கறது தப்புன்னு தெரிய வேண்டாமா அந்த முண்டைக்கு?'

'இவர் புத்தி எங்கே போச்சு ராஜு! ஒரு ஆம்பிள்ளைன்னா என்ன வேணாச் செய்யலாமோ?'

‘கேட்டுடு அக்கா, தயங்காதே.’

‘கைல வளையல்லாம் போட்டிருக்காளாடா... நகை?’

‘சரியாப் பார்க்கலை.’‘

‘என்ன மாதிரி சேலை கட்டிட்டிருந்தா?’

‘சரியாப் பார்க்கலை அக்கா. பாண்டிபஜார்ல பாத்திரக்கடை இருக்குது பாரு, அங்க ஒருமுறை கார்ல பார்த்தேன். ரெண்டு பேரும் பழரசம் பருகிட்டு இவரு தோள் மேல கை! சே... சொல்றதுக்கே அசிங்கமா இருக்குது.’

காபி கலக்குகையில், ‘அக்கா, நீ என்ன செய்யணும்னு சொல் றியோ, அப்படிச் செய்யறேன். இந்தாளுகிட்ட ஏதும் இரக்கம் காமிக்காதே. எனக்கு ராபர்ட்ஸன்பேட்டையில் ரெண்டு ரவுடிங் களைத் தெரியும். நாலு தட்டுத் தட்டிப் பேத்துரச் சொல்றேன்.’

சாரதாவுக்கு அவன் பேசுவது மனத்தில் பதியவில்லை. மணப் பந்தலில் எரிந்த நெருப்பும் தேனிலவுக்குச் சென்றிருந்தபோது, ஜகதீஷ் சிகரெட் குடிப்பார் என்று தெரிந்து அதிர்ச்சியும்... அப்போதே அவர் கண்கள் அலைந்ததும்... வேலைக்காரி, எதிர் வீட்டு ராமசுவாமியின் மனைவி, அக்கா பெண் காஞ்சனா, தன் தங்கை காமாட்சி இவர்கள்பேரில் அவர் செலுத்திய கவனங் களும் வழிந்த அசடுகளும்.

ரத்தத்தில் சோரம் ஊறிப்போயிருந்த மனுஷன். அடிப்பதாலோ பல்லைத் தட்டுவதாலோ, மோகம் மறையாது. ஏனோ அவளுக்கு அந்த ஆசை தோன்றியது.

‘என்னைப் பதவி நீக்கியவள் எப்படி இருப்பாள்? நான் அவளைப் பார்க்கணும் ராஜு. ஒரு முறையாவது பார்க்கணும். வீட்டு விலாசம் சொல்லு.’

‘வேண்டாங்க்கா. அங்கெல்லாம் போகாதே. மரியாதை கெட்டுப் போயிடும். அந்த மாதிரி பொம்பளை என்ன வேணாப் பேசுவா! எத்தனை நாளா இந்த மாதிரி நடக்குதுக்கா?’

‘தெரியாதுப்பா, ஓர் ஆம்பிளை வெளியே போனா, வீட்டில இருக்கிறவ பொந்தில இருக்கிற மாதிரி. அவன் திரும்பி வர்ற வரைக்கும் மனைவிக்கும் விசுவாசமா இருக்காருன்னு

நம்பிக்கைதான். இந்தாளு வீட்டுக்குள்ளேயே விசுவாசமில்லாம இருந்தவரு. வேலைக்காரி சேலையை உருவுறதைக் கண்ணால பார்த்திருக்கேன்.'

'அப்பவே பளிச்சுன்னு பல்லில் போடறாப்பலச் சொல்லி இருக்கணும்!'

'சொன்னேண்டா!'

'என்ன சொன்னார்?'

'இனிமே பண்ண மாட்டேன். மன்னிச்சுடுன்னாரு. உடம்பு பூராப் பொய்யி! ஒரு மாதம் அவர்கூடப் பேசாம இருந்தேன். என்ன செய்ய? வீட்டில் இருக்கிற சகிக்க முடியாத தனிமை. பேசித் தொலைக்கவேண்டியிருக்குது... மற்ற பேருங்களுக்காவது சப்பைக்கட்டு கட்டவேண்டியிருக்குது. ரமேஷ் கேக்கறா னில்லை. 'ஏம்மா அப்பாகூடப் பேசமாட்டேங்கறே'ன்னு?'

'இந்தாளை எப்படி வழிக்குக் கொண்டு வர்றது?'

'அதான் யோசிக்கிறேன்' என்றாள்.

கண்களில் நீர் தன்னிச்சையாக வடிய, 'அழாதே அக்கா!' என்றான் சுப்புராஜு.

சாரதா நிறைய இதைப்பற்றி யோசித்திருக்கிறாள். கண்ணுக்கு முன்னால் நடக்காதவரை ஏன் கவலைப்பட வேண்டும்? வீட்டுக்கு வெளியே ஏதோவொரு மாலையில், ஏதோ ஒரு வீட்டில் என் கணவன் யாரோ ஒரு சிறுக்கியுடன் பேசுகிறான் என்பதால் நான் எவ்விதம் பாதிக்கப்படுகிறேன்? எனக்கு என்ன வலியா, காயமா? இல்லை, மனத்தில் காயம். மனம் எப்படிக் காயப்படும்? தம்பி வந்து சொன்னதால்தானே வம்பு? சொல்லாமலே இருந்தால் அல்லது கேட்காமலே இருந்தால்? துரோகம், மனவலி என்பதெல்லாம் மனசைப் பொறுத்தது. 'மனசைக் கல்லாக்கிக்கொள்' என்று அம்மா எத்தனை தடவை அறிவுரை சொல்லியிருக்கிறாள்.

யோசித்தால் அது அல்ல அவள் வருத்தம். அவளுடைய பெண்மைக்கு, ஆதாரமான பெண் தன்மைக்கு இழைக்கப்பட்ட அநீதி இது. அவள் அழகில்லை மற்றொருத்தி அவளைவிட விரும்பத்தக்கவள் என்கிற சித்தாந்தம்தான் ஜீரணிக்க முடியாதது.

கணவன் கல்யாணம் செய்து கொள்ளும்போது அவன் எழுதப் படாத பல விதிகளுக்கு இசைகிறான். அவற்றில் முக்கியமானது 'உன்னை விரும்புவேன், உன்னையே நாடுவேன்' என்பது. இந்த விதி மீறப்படும்போதுதான் மனைவி மிகவும் பாதிக்கப் படுகிறாள். காரணம் பொருளாதாரம்.

இந்திய மனைவிக்குக் கணவனை விட்டால் வேறு புகல் இல்லை. கணவன்தான் அவளுக்குச் சோறு, நிழல், உடை எல்லாம். இந்த அஸ்திவாரம் கலையும்போது அவள் மிகவும் அடிபடுகிறாள்.

தனியாக வாழ முடியுமா என்னால்? என் கைவளைகளை விற்று ஜீவனாம்சம் கோரி வேலைக்குச் சென்று ரமேஷைப் படிக்க வைத்து அவன் சம்பாதிக்கும்வரை...' அதற்கெல்லாம் மனோ திடம் அவளிடம் இல்லை. தனியாக பஸ் விசாரித்துப் போன தில்லை. தனியாக ஒரு சினிமா இல்லை. மற்ற ஆண்களுடன் கணவன் இல்லாதபோது பேசியதில்லை. கணவன் இல்லாத போது அலங்காரம்கூட இல்லை.

'இந்த மாதிரியான வீட்டு மனைவிகளின் மந்தையில் ஒருத்தி நான்!'

If you can't cure if endure it!

ஜகதீஷ் வழக்கம்போல ராத்திரி ஒம்பதரைக்கு வந்தான். சட்டையைக் கழற்றி ஹாங்கரில் மாட்டும்போது சுவாசத்தில் ஆல்க ஹால் வாசனை இருந்தது. நேராகப் படுக்கை அறைக்குச் செல்ல-

'சாப்பிடலை?'

'சாப்பிட்டாச்சு.'

'வெளியே சாப்பிடறதா இருந்தா முன்னமே சொல்லக்கூடாதா? நான் பைத்தியம் மாதிரி முழுச்சோத்தை வடிச்சு வெச்சி.'

நிமிர்ந்து பார்த்து, 'இப்ப என்னங்கறே? நான் சாப்பிடணும், அவ்வளவுதானே? போடு இலையை.'

அவனையே ஆழ்ந்து பார்த்து, 'நீங்க பண்றது நல்லா இருக்கா?'

'என்ன?'

'அந்தப் பொம்பளை வீட்டுக்குத் தினம் போய்ட்டு வர்றீங்களே?'

'எந்தப் பொம்பளை?'

'அதான்... அவதான்.'

'பேர் சொல்லு?'

'நீங்க பண்றது நியாயமா? சொல்லுங்க.'

'இல்லாததும் பொல்லாததும் எல்லோரும் சொல்வாங்க. எந்தப் பொம்பளை? என்ன பேரு? சாரதா, நீ மத்தவங்க சொல்றதை நம்பாதே...'

'கண்ணால பார்த்ததை...?'

'எங்கே பார்த்தே? எப்பப் பார்த்தே?'

'நான் பார்க்கலை. தம்பி பார்த்தான்.'

'என்ன பார்த்தான்?'

'கேக்கவே நல்லால்லை.'

'சாரதா, உன் தம்பியைப் பாண்டிபஜாரில வெச்சு, நானும்தான் பார்த்தேன். பின்னாடி ஒரு பொம்பளைகூட!'

'அது அவன் மனைவி!'

'தினம் ஒரு மனைவியா? முக ஜாடை மாறுதா?'

'இல்லாததும் பொல்லாததும் சொல்லாதீங்க.'

'அதேதான் நானும் சொல்றேன். உன் தம்பி சொன்னது அத்தனையும் நிஜம்னு நம்பாதே. நடந்தது இதுதான். அந்தப் பொண்ணு என் ஆபீஸ் கலிக் ஒருத்தரோட சிஸ்டர் இன்லா. இந்த ஊருக்குப் புதுசா வந்திருக்கா...'

வழக்கம்போல விவரமாகப் பொய் சொல்ல ஆரம்பித்தான். தேதி, பேர், இடம், பஸ் நம்பர் போன்ற பல்வேறு விவரங்களுடன் ஜோடனை. அவளுக்கு மிகவும் பழகிப் போய்விட்ட பொய்ப் பந்தல்!

'இப்ப க்ளியர் ஆச்சா?'

அவள் மௌனமாக இருக்க, 'அந்தப் பொண்ணு ஊருக்குப் போயாச்சு. இனிமே அந்தச் சந்தேகத்துக்கும் இடமில்லை.'

'உங்களைவிட்டு எப்பவோ ஓடியிருப்பேன். ரமேஷுக்காகப் பொறுத்திருக்கேன்.'

'இப்ப என்ன நடந்துச்சுன்னே தெரியலையே?'

'எல்லாம் தெரியும். உங்களுக்கு எல்லாம் பாசாங்கு!'

'அதெல்லாம் ஒண்ணுமில்லை, தூங்கு!'

அருகே ஜகதீஷ் குறட்டை விட்டுத் தூங்க, ராத்திரி தூக்கமின்றி இருட்டில் கண் விழித்துப் படுத்திருந்தபோது சட்டென்று அவளுக்கு அந்த யோசனை ஏற்பட்டது.

'எனக்குத்தான் அப்பா இல்லை. அம்மா இல்லை. ஜகதீஷுக்கு இருக்கிறார்களே. அம்மா, அப்பா, அவர்களிடம் போய்ச் சொல்வோம். முறையிடுவோம். உங்கள் பிள்ளை செய்கிறது சரிதானா? கண்டித்துச் சொல்லக்கூடாதா? அதற்குமுன் தம்பி ராஜு சொன்னது சரிதானா என்று ஒருமுறை பார்த்துவிட வேண்டும். எப்படி?'

மறுதினம் பிற்பகல் ராஜுவின் அலுவலகத்துக்குச் சென்று, அவனையும் கூட்டிக்கொண்டு சென்றாள். டாக்ஸியிலேயே அவர்கள் வீற்றிருக்க, சரியாக மூன்றரைக்கு ஜகதீஷ் காரில் வந்து இறங்க, மாடியில் பழக்கப்பட்டவன் போல் நடந்து சென்று மணிப் பொத்தானை அழுத்த, கதவு திறக்க, இரண்டு கரங்கள் அவனைத் தோளில் மாலை போட்டு உள்ளே இழுத்துச் செல்வது தெரிந்தது. மொட்டை மாடியில் அவன் சட்டைகள் உலர்ந்து கொண்டிருந்தன.

'பாம் வெச்சு வெடிச்சுரலாம்போல வருது அக்கா. இப்பவே போய் இடிச்சுத் திறந்து அத்தானை வெளியே இட்டாந்து...'

'இல்லை ராஜு. இதை வேறு விதமாத் தீர்த்து வைக்கணும்!'

சாயங்காலம் அசோக் நகரில் இருந்த சொக்கலிங்கம் வீட்டுக்குச் சென்றாள். தனி வீடு கட்டிக்கொண்டு காம்பவுண்டு சுவரும் தோட்டமுமாக இருந்தது வீடு. நாய் அவளைப் பார்த்து ஒரு முறை குரைத்துவிட்டு வாலாட்டியது. மரகதவல்லிதான்

கதவைத் திறந்து அவளைப் பார்த்ததும் புன்னகை செய்து, 'வா, சாரதா, என்ன அவன் வரலையா? எம் மகன்?'

'அவரு ஆபீஸிலிருந்து இன்னும் வரலைங்க.'

'ரமேஷ்?'

'அவன் இன்னும் பள்ளிக்கூடத்திலே இருந்து வரலைங்க.'

'ரெண்டு பேரையும் விட்டுட்டுத் தனியா வந்திருக்கே... ஏதும் முக்கியமான விஷயமா?'

'ஆமாம்மா!'

'உக்காரு, காப்பி சாப்பிடறியா?'

'சாப்பிடறேங்க. மாமா எப்படி இருக்காரு?'

'அப்படியேதான். மாறுதல் இல்லே... என்ன விஷயம் சொல்லு.'

'உங்க மகனைப் பத்தித்தான்.'

அவள் முகத்தில் சற்றுக் கவலை தெரிந்தது. 'என்ன ஏதாவது உடம்பு கிடம்பு சரியில்லையா?'

'அதில்லைங்க! உங்க மகன் மற்றொருத்தி சகவாசம் வெச்சிருக் காங்க அம்மா. நான் ரொம்ப யோசிச்சு என்னால பிரச்னையை சமாளிக்க முடியாததாலதாங்க, பெரியவங்க உங்ககிட்ட வந்திருக்கேன். எனக்கு உங்களைவிட்டா யாரும் இல்லைங்க.'

'மற்றொருத்தின்னா ஆபீஸ்லயா?'

'இல்லைங்க. ரெகுலரா சின்ன வீடும்பாங்களே... அந்த மாதிரி. தினம் ஆபீஸ் விட்டா அங்கேதான் போறாரு. ராத்திரி பத்து மணிக்குத்தான் வீட்டுக்கு வர்றாரு. ஞாயிற்றுக்கிழமைகளில் காலைலயே போயிடறாரு...'

'யாரு அந்தச் சிறுக்கி?'

'பேர் விவரம் எல்லாம் விசாரிக்கறதுக்கு முன்னாடி உங்ககிட்ட புத்தி கேட்க வந்திருக்கேன், அம்மா.'

மாமியாரின் கைகளைப் பிடித்துக்கொண்டு, 'அம்மா, எனக்கு ஒரு வழி சொல்லுங்கம்மா! ரொம்பக் குழப்பத்தில் இருக்கேன்.

பைத்தியம் பிடிச்சுடும்போல இருக்குது. வயித்தில ஸ்திரமா ஒரு கனம், ஒரு பயம் வந்திருச்சு. அம்மா உங்க வீட்டுக்கு மருமகளா வர்றப்ப பதினஞ்சு வருஷங்களுக்கு முன்னால், 'என் மகன் ரொம்ப நல்லவன். தப்புத் தண்டா கிடையாது; பொய் கிடையாது; ஒரு கெட்ட பழக்கம் கிடையாது'ன்னீங்க... எல்லாமே தப்பும்மா! உடம்பு பூராப் பொய்யிம்மா. உங்களுக்கு இது ஒருமாதிரி அதிர்ச்சியா இருக்கலாம். ஆனா, உண்மை இது தான். வீட்டிலேயே பாட்டில், சிகரெட் எல்லாம் வெச்சிருக்காரு! எல்லாமே ஒளிவு!'

'நீ கேக்கக்கூடாதோ?'

'கேட்டா விஸ்தாரமாப் பொய் சொல்வாரு. 'என் ஃப்ரெண்டு ஒருத்தன் வெச்சுக்கன்னு கொடுத்தான். அது இதுன்னு... இதெல் லாம் விடுங்க. சின்ன விஷயங்க! பொம்பளை சபலம்! கல்யாண மான மறுதினத்திலேருந்து கவனிக்கிறேன்! இதுவரைக்கும் எட்டு அல்லது ஒன்பது முறையாவது பல்வேறு சம்பவங்களை என்னால விவரிக்க முடியும். வேலைக்காரி, பக்கத்து வீட்டுல புதுசாக் கல்யாணம் பண்ணிக்கிட்டு வந்தவங்க, என் தங்கச்சி, இப்படி... ஒழிஞ்சு போகட்டும்னு எத்தனை முறைதான் விட்டு வெச்சாலும் கடைசில இப்ப மனைவி என்கிற என் ஸ்தானத்துக்கே ஆபத்து வந்துடுச்சும்மா! மன்னிச்சுக்குங்க. உங்க மகனைப் பத்திப் பொறுக்க முடியாமதான் இந்தப் புகார்! என்கிட்ட நல்லவர்னு சொன்னீங்கம்மா... ஒண்ணு, உங்க மகனையே உங்களுக்குத் தெரியலை. இல்லே, நீங்களும் சேர்ந்து பொய் சொல்லியிருக்கீங்க! நெஞ்சில கைவெச்சுச் சொல்றேன்! நிராகரிப்பில இருக்கிற கொடுமை வேறு எதிலும் இல்லைம்மா. ஒரு பெண் என்கிற ஆதாரமான அந்தஸ்து கலைஞ்சு போறப்ப எனக்கு எங்க நடுத்தெருவில விட்டுடுவாரோன்னு பயமா இருக்குது.'

'என்னை என்னம்மா செய்யச் சொல்றே?'

'உங்க மகனைக் கூப்பிட்டுப் புத்தி சொல்லுங்க முதல்ல. இல்லை. என்னையும் உங்க பேரனையும் இந்த வீட்டுல ஏத்துக்குங்க. எனக்கு அந்தப் பொய் மனுசரோட குடித்தனம் செய்ய விருப்ப மில்லை!'

மரகதவல்லி யோசித்தாள். அவள் நெற்றிப் புருவங்கள் வில்லாக வளைந்து உதடுகள் துடிக்க ஆரம்பித்தன.

‘இதைப் பத்தி ஏதாவது உங்ககிட்ட ஆரம்பிச்சானா?’

‘இல்லைங்க. அவரு எதுவும் சொல்லவே மாட்டாரு!’

‘கிட்ட வா!’

அவள் அருகில் செல்ல அவளை அணைத்துக்கொண்டு, ‘என்னை மன்னிச்சிடு சாரதா!’ என்றாள். அவள் கண்களைத் துடைத்துக் கொண்டு, ‘இப்படியெல்லாம் இருக்கமாட்டான்னு எதிர் பார்த்துத்தான் கல்யாணம் செய்துகொடுத்தேன். என் மேலே குற்றமில்லை. நல்லது நினைச்சுத்தான் செய்தேன். உங்கிட்டப் பொய் சொல்லலை! உன்னைப்போல நானும் நம்பினேன்!’

‘என்னவோ. ஏதோ எனக்கு ஒரு வழி சொல்லுங்க!’

‘சொல்றேன். உனக்கு ஒரே வழிதான் இருக்குது. உள்ளே வா.’

அடுத்த அறையில் மாமனார் படுத்திருந்த அறைக்கு அழைத்துச் சென்றாள். பக்கத்தில் ஸ்டூலில் நிறைய மருந்து மாத்திரைகளும் பெட்பானும் ட்ரான்சிஸ்டரும் கொசுவலையுமாக மாமனார் படுத் திருந்தார். கண்கள் கலங்கிப்போய், ஒரே திசையில் பார்த்திருந்தன. முகத்தில் முள்தாடி. அருகில் சென்று மார்பைத் தட்டினாள்.

‘எழுந்திருங்க, சாரதா வந்திருக்கால்ல.’

சாரதாவை அவர் மெதுவாகப் பார்த்துக் கைகூப்ப முயல, பார்கின்ஸன்தனமாக கைகள் உதற ஆரம்பித்து அடங்குவதற்கு ஒரு நிமிஷம் ஆயிற்று.

‘இந்த மாதிரிதான் எல்லாம் ஆடிப்போயிருச்சு! அடங்கிப் போயிருச்சு!’

‘மாமா, எப்படி இருக்கீங்க?’

‘ஜகதீசு வரலியா...?’ என்றார் பிரயத்தனமாக.

‘வரலை.’

அந்தப் பதிலுடன் திருப்தி அடைந்தவர்போலக் கண் மூடிக் கொண்டார்.

‘இவரைப் பார்த்தே இல்லை? அடிபட்டு விழுந்தவர் போல! நீ என் மவனைப் பத்தி விவரிக்கும்போது எனக்குத் திக்குன்னுச்சு! நீ

விவரிச்சது அத்தனையும் இவருக்கும் பொருந்திச்சு! அதே வம்பு, அதே மச்சினி சகவாசம், அதே பொய்யி! எட்டு வருஷம் ஒரு குசினிக்காரியோட தனி வீடு வெச்சுண்டு குடித்தனம் நடத்தி னாரு! அம்மா சாரதா, இந்த வம்சத்திலேயே இந்தப் பழக்கம் இருக்குதும்மா. இப்ப எப்படிக் கிடக்கறார் பாரு. அந்தப் பொய் சுமக்கிறவங்க நாம! சாரதா, 'எனக்கு ஒரு வழி சொல்லு'ன்னு கேட்டே. நமக்கெல்லாம் ஒரே ஒரு வழிதாம்மா!'

சற்று நேரம் மௌனத்துக்குப்பிறகு, 'காத்திருக்கிறது! என் மகனும் இவரைப்போல ஆடி அடங்கி ஒடிஞ்சு போய் இளமை கரைஞ்சு நரை வந்து, டயபடிஸ், டென்ஷன், பிரஷர் எல்லாம் வந்து அவனை வீழ்த்தி உன் காலடியில் வந்துவிழுவான். அப்பத் தான் உன் புருசன் உனக்கு முழுசாக் கிடைப்பான். அதுவரைக் கும் காத்திருக்கணும். வேற வழி இல்லை, நம்மால எதிர்நீச்சல் போட முடியாது' சாரதாவை வாத்ஸல்யத்துடன் அணைத்துக் கொண்டாள்.

'என்னங்க, பாத்ரூம் போகணுமா?'

'ஆமாம்' என்று சொக்கலிங்கம் அவளைக் கை கூப்பி வணங்கினார்.

9

பரிசு

சந்துக்குள் ஒரு கார் செல்வதற்கு மட்டும்தான் இடம் இருந்தது. சைக்கிள்காரர்கள் சாக்கடையோரமாக ஒதுங்கிக் கொண்டார்கள். அந்தப் பிரதேசத்தில் கார் நுழைவது அசந்தர்ப்பமாக இருந்தது. வெள்ளை உடை அணிந்து தொப்பி போட்ட டிரைவர் வேறு! பின் சீட்டில் இருந்த இளைஞன் டை கட்டியிருந்தான். நெற்றி வியர்வையைத் துடைத்துக்கொண்டு ஓர் இடத்தில் நிறுத்தச் சொல்லி சன்னல் கண்ணாடியை இறக்கி, '36 பார் 48 எந்த வீடுங்க?'

'அதோ அரை கேட் போட்டிருக்கே. தபால்பெட்டி தொங்குதே அதுக்கு அடுத்த வீடு. அங்கே எட்டுப் பேர் குடியிருக்காங்க. உங்களுக்கு யாரைப் பார்க்கணும்?'

'கிருஷ்ணசாமின்னு ஸ்டேட் வேர்ஹவுசிங் கார்ப்ப ரேஷன்ல...'

'அங்கதான், போங்க!'

குறிப்பிட்ட வீட்டு வாசல் தாத்தா, 'நேரே உள்ளே போங்க. கடைசி போர்ஷன். அதுக்கப்புறம் பாத்ரூம் தான்!'

மெல்ல நடையைத் தாண்ட, இருபுறமும் சின்னச் சின்ன அறைகளிலிருந்து பனியன் அணிந்த

சீனிவாசன்களும் ராமசாமிகளும் எட்டிப் பார்த்தார்கள். பம்ப் அடிக்கும் குழாய் அருகில் அவர்கள் மனைவிமார் குழந்தைகளை அலம்பிக் கொண்டிருந்தார்கள். ஒரு வீட்டில் தையல் இயந்திரமும் மற்றொரு வீட்டில் டிரான்சிஸ்டரும் ஒலித்துக் கொண்டிருந்தன. வயதுவந்த பெண்கள் கையகலக் கண்ணாடிகளின் எதிரில் நெற்றிக்குப் பொட்டு ஒட்டிக்கொண்டு நேற்றைய இளையராஜாவை முணுமுணுத்துக் கொண்டிருந்தனர். குறுக்கே சிறுவர்களின் அட்டை கிரிக்கெட் நடந்துகொண்டிருந்தது.

கிருஷ்ணசுவாமி தன் வாசலில் மோடாபோட்டு உட்கார்ந்து கொண்டு செய்தித்தாளில் லாட்டரி ரிசல்ட் பார்த்துக் கொண்டிருந்தான்.

'மிஸ்டர் கிருஷ்ணசாமி?'

'ஆமா, நீங்க?'

'என் பேர் அனில்குமார். விண்டாஸ் கம்பெனிலேருந்து வர்றேன்.'

'என்ன விஷயம்?' என்றான் சாமி. நெற்றியைச் சுருக்கிக் கொண்டு, ஏதாவது விற்பதற்கு வந்திருக்கிறான் போலும்.

'நீங்க எங்க வின்னி சோப் விளம்பர வாக்கியப் போட்டிக்கு எழுதிப் போட்டிருந்தீங்களா?'

'ஆ... ஆமாம்... ஞாபகம் வருது.'

'சொர்க்கத்தை எண்ணிச் செய்தது வின்னி...' இதுதானே நீங்க எழுதி அனுப்பின வாக்கியம்?'

'ஆமாம். அது வந்து ஏதோ கிறுக்கினது...' என்றான் அசட்டுத் தனமாக மன்னிப்பு விரும்பி...

'கங்க்ராஜுலேஷன்ஸ்! வாழ்த்துக்கள்! உங்களுக்கு முதல் பரிசு கொடுத்திருக்காங்க. நடுவர்ங்க.'

'முதல் பரிசுன்னா?'

'உங்களுக்கும் உங்க மனைவிக்கும்... கல்யாணம் ஆனவர் தானே? அஞ்சு நாள் டில்லி ஆக்ரா சுற்றுப் பயணம். அஞ்சு நட்சத்திர ஓட்டல்ல தங்குவீங்க. எல்லாச் செலவும் விண்டாஸ் நிறுவனத்தின் பொறுப்பு.'

'அப்படியா! பூர்ணிமா, பூர்ணிமா, எங்கே போய்ட்டா, டேய் பாச்சு?'

'உங்க ரெண்டு பேருக்கு மட்டும்தான்!'

சுவாமியின் முகம் மலர்ந்தது. உட்கார்ந்து, 'சார், என்ன சாப்பிட றேள். பாச்சு! பூர்ணிமாவைக் கூப்பிடு. முன் கட்டில் முதலியார் வீட்டில் டி.வி. பார்த்துண்டு இருப்பா.'

இளைஞன் மோடாமேல் கர்ச்சீப் போட்டு உட்கார்ந்து, 'இந்தாங்க, எங்க மார்க்கெட்டிங் டைரக்டர் கிட்டேயிருந்து லெட்டர். இதில் கையெழுத்துப் போட்டுடுங்க. வெள்ளிக் கிழமை எல்லாப் பேப்பர்லயும் உங்க பேர் வரும். ஒரு போட்டோ வேணும். இருக்கா? அசோக் ஓட்டல் வவுச்சர், ஏர் டிக்கெட் எல்லாமே அதே தேதிக்கு அனுப்பிச்சுடுவோம்...'

'இவங்க...?'

'பார்த்தசாரதி, என் பிரதர்.'

அவனிடம் தன் கார்டைக் கொடுத்தான் டை இளைஞன். பாச்சா, 'நான் கோ ஆபரேட்டிவ் க்ரெடிட் பாங்க்கில டெம்பரவரி அஸிஸ் டெண்ட் - ஸெலக்‌ஷன் கிரேடு.'

'ஐ'ம் மார்க்கெட்டிங் எக்ஸிக்யூட்டிவ் விண்டாஸ்.'

'ஏர் டிக்கெட்னா? ஏரோப்ளேனா?'

'ஆமாம்.'

'ஹய்யா, பாச்சு! கூப்பிடுறா பூர்ணிமாவை.'

'வெள்ளிக்கிழமை சாயங்காலம் அழைச்சுக்கிட்டுப் போவோம். டாக்ஸி வந்துடும். டில்லிபோன உடனே விமானநிலையத்தில் என் கலீக் வேணுமாதவன் வருவார்.'

இப்போது பூர்ணிமா அவசரமாக ஓடிவந்து, 'என்ன?' என்றாள் கவலையுடன்.

'பூர்ணிமா, நான் எழுதி அனுப்பிச்சேனோல்லியோ? அதுக்கு ப்ரைஸ் விழுந்திருக்கு!'

'அப்புறம் ப்ரேக்ஃபாஸ்ட், லஞ்ச், டின்னர் கூப்பன் தந்துடுவோம்.'

'என்ன ப்ரைஸ்? என்ன எழுதி அனுப்பிச்சீங்க?'

'உங்க ஹஸ்பெண்டு ரொம்ப லக்கி மிஸஸ் கிருஷ்ணசாமி. பத்தாயிரம் பேர் கலந்துகொண்ட வாக்கியப் போட்டியில் முதல் பரிசு! நாலே நாலு வார்த்தை...'

'சொர்க்கத்தை எண்ணிச் செய்தது வின்னி! ஸிம்பிள்!'

'என்ன பரிசு?'

'ஒரு வாரம் நாம ரெண்டு பேரும் டில்லி, ஆக்ரா எல்லாம் சுத்திப் பாக்காறாப்பல, ஏரோப்பிளேன்! அஞ்சு நட்சத்திர ஓட்டல், இன்னும் என்ன சார்?'

'அப்படியா!' என்றாள் நெஞ்சை இரு கைகளாலும் அழுத்திக் கொண்டு.

'நாம அன்னிக்கு வின்னி சோப் வாங்கினமா? அதில் ஒரு போட்டி வெச்சிருந்தது. நாலைஞ்சு சினிமாக்காரனை அடையாளம் கண்டுபிடிக்கறா மாதிரி சுலபமா இருந்தது. அப்புறம் நாலு வார்த்தைல ஒரு வாக்கியம் எழுதும்படி கேட்டிருந்தா. ஏதோ தோணினதை எழுதி அனுப்பிச்சேன். கிடைச்சுடுத்து!'

'நம்பவே முடியலை. நாம் ஏதாவது பணம் போடணுமா?' என்றாள்.

'அப்படியெல்லாம் இல்லை. இங்கே புறப்பட்டதிலிருந்து திரும்ப வீடு வந்து சேர்ற வரைக்கும் எல்லாம் விண்டாஸ் செலவு!'

'மன்னி, இந்த வாரம் வாரப்பலன்ல 'வடக்கேயிருந்து தன லாபம்'னு போட்டிருந்தது! அப்படியே பலிச்சுப்போச்சுது!' என்றான் பாச்சா.

'எங்க கம்பெனி மேற்கு சார்! பாம்பே!'

'எப்படியோ கொஞ்சம் வடக்கும் இருக்கு இல்லையா?'

'என்னவோ பட்சி சொல்லித்து, கிடைச்சாலும் கிடைக்கும்னு, சாருக்குக் காபி கொடு.'

'இல்லை சார், வேண்டாம். எனக்கு செகண்ட் ப்ரைஸ் ஆசாமியைச் சந்திக்கப் போகணும். இதுல ஒரு கையெழுத்துப் போட்டுட்டீங்கன்னா ஒரு ஃபார்மாலிட்டிக்கு!'

அந்த இளைஞன் சென்றதும் பலபேர் சாமியைச் சூழ்ந்து கொண்டார்கள். 'எப்படி சார் தோணித்து?'

'இந்த ஸ்டோர்லயே முதல்தடவையா ப்ரைஸ் விழுந்திருக்கு.'

'நாணாவுக்கு ஒருமுறை பூட்டான் லாட்டரியில கிடைச்சுதே!'

'நூறு ரூபாய்!'

எதிர் போர்ஷன் பட்டம்மாள், 'என்ன பூர்ணிமா? ப்ரைஸ் கிடைச்சிருக்காமே! டில்லி போகப் போறியா?'

'இன்னும் சரியாத் தெரியலை மாமி.'

'பூர்ணிமா ஆண்ட்டி, கங்க்ராஜுலேஷன்ஸ், எப்ப ட்ரீட்?'

'எனக்கு ரெண்டு மோடாவும் சப்பாத்திக் கல்லும் வாங்கிண்டு வந்துடு. காசு கொடுத்துடறேன்.'

'அதுக்கென்ன...!'

'டில்லியிலே அல்பகோராப் பழம் சீப்பு இல்லை?' என்று கேட்டார் ஆதிநாராயணன்.

'இப்ப சீசன் இல்லை' என்றான் பாச்சா.

'நம்பவே முடியலை பூர்ணிமா?'

'ஏதாவது ட்ரிக்கு இருக்கப் போறது. எல்லாமே ப்ளேனா?'

'ஆமாம்' அந்தக் கடிதத்தைப் பிரித்தான் பாச்சா.

'அண்ணா! மன்னி! இதில எல்லாம் புட்டுப் புட்டு வெச்சிருக்கான்!'

'அன்புள்ள திரு. கிருஷ்ணசாமி,

விண்டாஸ் நிறுவன சார்பில் வரவேற்புகள். நவம்பர் மாதம் நாங்கள் நடத்திய போட்டியில் நீங்கள் முதல் பரிசு பெற்றிருக்கிறீர்கள் என்பதை மிகவும் மகிழ்ச்சியுடன் தெரிவித்துக் கொள்கிறோம். வாழ்த்துக்கள். இந்தப் பரிசுத் திட்டத்தின்படி உங்களுக்கும் உங்கள் மனைவி அல்லது நண்பர் - இருவருக்கு விமான டிக்கெட் போக வர சென்னை 'டில்லி - ஆக்ரா - ஜெய்ப்பூர் - டில்லி - சென்னை' தரப்படும்.

ஐடிஸி நிறுவனத்தைச் சார்ந்த ஓட்டல்களில் டீலக்ஸ் அறையும் டூரிஸ்ட் பஸ்ஸுக்கான சுற்றுலாக் கட்டணங்களும், காலை உணவு, மதிய உணவு, மாலை தேநீர், இரவு உணவு அனைத்தையும் எங்கள் நிறுவனம் மகிழ்ச்சியுடன் ஏற்றுக் கொள்ளும்.

உங்கள் வழிச்செலவுக்காகத் தினம் தலா ரூ.300 அளிக்கப்படும்.

உங்கள் உல்லாசப்பயணம் இனிதே ஈடேற வாழ்த்துக்கள்.

இவன்,

அருண் ஷிவதஸானி.'

பாச்சா கடிதத்தை மடித்து நிமிர்ந்து,

'அண்ணா, உனக்கு நிஜமாவே மச்சம்! நாலே நாலு வார்த்தை களுக்கு இத்தனை மவுசா? மன்னி, நீ போய்த்தான் ஆகணுமா? இல்லை, நான் போகட்டுமா?'

'அ! ஆசையைப் பாரு! முதல் முதலா உங்கண்ணாவோட இந்த எலிவளையை விட்டுக் கிளம்பற சான்ஸ் வந்திருக்கு!'

'சும்மா சொன்னேன். சந்தோஷமாப் போயிட்டு வாங்கோ?'

'பாச்சா, முதல்ல மேப்பைப் பாரு. ஆக்ரா எங்கே இருக்குன்னு. ஐ.ஸி.எஃப்புக்கு வடக்கே போனதில்லை நான்' என்றான் சுவாமி.

'நான் தெருக்கோடி தாண்டியதில்லை' என்றாள் பூர்ணிமா.

'பொய்! ஐதராபாத் போயிருக்கே இல்லை?'

'சின்ன வயசில்.'

'குளிரா இருக்குமா?'

'டில்லியிலயா? எல்லாம் லெட்டர்ல போட்டிருக்கான் பாரு.' பாச்சா கடிதத்துடன் இணைத்திருந்த குறிப்புகளைப் படித்தான். 'பருவ நிலை சீராக இருக்கும். ஒரு லேசான ஸ்வெட்டர் அல்லது சால்வை போதும்' மன்னி உங்கிட்ட சால்வை இருக்கா?'

'சால்வைன்னா?'

'ஷால்! புஸுபுஸுன்னு போத்திக்க!'

‘என்ன விளையாடறியா, கிழிஞ்சு போன பவானி பெட்ஷீட்டைப் போத்திண்டு இருக்கேன்!’

‘அது எங்கே கிழிஞ்சிருக்கு? சும்மா சொல்லாதே’ என்றான் சுவாமி.

‘பூர்ணிமா, அந்த ஒல்டால் என்ன ஆச்சு?’

‘அது எப்பவோ கிழிஞ்சுபோயி தரை துடைக்க எடுத்துண்டாச்சே!’

‘என்னோட பச்சை ஸ்வெட்டர்?’

‘அது அந்துப் பூச்சி பாதி சாப்பிட்டாச்சு...’

‘அண்ணா! டில்லிக்குப் போகணும்னா மினிமம் ஒரு ஸ்வெட்டர், நல்ல செருப்பு, டீஸண்டா ஒரு ஷூ, மன்னிக்கு மைசூர் சில்க்கில் ஒரு புடைவை கட்டாயம் வாங்கித்தான் ஆகணும்!’

‘சின்னதா ஒரு லிஸ்ட்டு போட்டுடலாம்.’

புதன்கிழமை அந்தப் பட்டியல் பெரியதாகியிருந்தது. டார்ச் லைட், உலன் ஸாக்ஸ், பருப்புப்பொடி போன்ற உபரி சமாசாரங்களும் சேர்ந்துகொண்டன. பூர்ணிமா மூன்று நாட்களாக ‘பேக்’ பண்ண ஆரம்பித்தாள். ஒண்டுக் குடித்தனக்காரர்களின் பட்டியலும் நீண்டுகொண்டே வந்தது. கம்பளி நூல், தாஜ்மகால், மாக்கல் பொம்மை, மயிலிறகு விசிறி, மோடா, சப்பாத்திக்கல், மடக்குநாற்காலி, போட்டோ ஆல்பம், அரை ஸ்வெட்டர்...

‘உற்சாகத்தில் எல்லோருக்கும் தலையாட்டாதே மன்னி. நீங்க ரெண்டுபேரும் போய் என்ஜாய் பண்ணிட்டு வாங்கோ.’

வியாழன் இரவு பூர்ணிமாவும் பாச்சாவும் பேக்கிங் முடித்துவிட்டார்கள்.

‘கல்யாணம் ஆனதிலிருந்து நாங்க ஹனிமூன்கூடப் போனதில்லை பாச்சா! நேரா இங்க வந்தவதான். விவித்பாரதி, முதலியார் வீட்டு டி.வி. இதை விட்டால், வேறே எண்டர்டெய்ன்மெண்ட் கிடையாது. உங்கண்ணா ஓவர் டைம், ஓவர் டைம்னு பணம் சம்பாதிக்கிறதிலேயே இருக்கார்.’

‘என்ன பண்றது மன்னி? ரங்குடு படிப்பு முடிச்சாகணும். ரேவதி கல்யாணம் பாக்கியிருக்கு. அம்மாவுக்கு ஆபரேஷன் பண்ணணும். எனக்கு வேலை ஸ்திரமாகணும்...’

'நான் ஒண்ணும் குறையாச் சொல்லலை. டில்லிக்குப் போறது, தாஜ்மகால் பார்க்கிறது என்கிறதெல்லாம் நினைச்சுக்கூடப் பார்க்க முடியாத இந்தச் சமயத்தில் சட்டுன்னு பெருமாள் பார்த்து ஒரு பரிசு கொடுத்திருக்கார் பாரு! அதைச் சொன்னேன். இல்லாட்டா என்னைப்போல அசமஞ்சத்துக்கு ஆக்ரா தட்டுக் கிடறதா!'

'ஏன் மன்னி அப்படிச் சொல்றே? அண்ணா பாரு, இனிமே ரெண்டு வருஷம் பல்லைக்கடிச்சுண்டு இருந்துட்டா! எனக்கும் ஸ்திரமா வேலை கிடைச்சு உங்களுக்கும் எல்லாப் பொறுப்பு களும் முடிஞ்சு போயி...! சொந்தப் பணத்திலேயே எட்டூருக்கு அழைச்சுண்டு போவார் பாரு!'

'யார் கண்டா? அப்ப ஏதாவது தங்கை பிரசவம் வருமோ என்னவோ! இதெல்லாம் அதிக ஆசை வெச்சுக்கக் கூடாது! அதிகமாக எதிர்பார்க்கவும் கூடாது!'

வெள்ளிக்கிழமை டிக்கெட் முதலான சமாசாரங்களைக் கொடுக்க அந்த விண்டாஸ் கம்பெனி ஆசாமி வருவதன் முன் பூர்ணிமா எல்லா ஏற்பாடுகளும் செய்து முடித்துவிட்டாள். பக்கத்துப் போர்ஷனில் நித்யாவிடம் சாப்பாட்டுக்கு ஏற்பாடு செய்துவிட்டு, வேலைக்காரி காலை ஒருவேளை வந்து துணி தோய்த்துவிட்டு, அறையைப் பெருக்கி, வாசற்படியருகில் கோலம் போட்டு விட்டுப் போகும்படி ஏற்பாடு செய்தாள். பாச்சா வின் சாப்பாட்டு, பஸ் செலவுக்கு நூறு ரூபாயும் சனிக்கிழமை தேய்த்துக்கொள்ள நல்லெண்ணையும் அரை லிட்டர் பால் சப்ளை, காப்பிப்பொடி என்று சகல ஏற்பாடும் செய்திருந்தாள்.

சாயங்காலம் கிருஷ்ணசுவாமி திரும்பிவந்தபோது களைத்து இருந்தான். அவனுக்கு காபி கொடுத்துவிட்டு, அறையைச் சுற்றி வரப் பார்த்தாள். ஓல்டால், பெட்டி, ப்ளாஸ்டிக் பை, கூஜா, பாட்டிலில் தண்ணீர் எல்லாம் காத்திருந்தன.

'எல்லாத்தையும் தயாரா எடுத்து வெச்சுண்டாச்சா?'

'ஒரு வாரமாத் தயாரா இருக்கேன். பாச்சாவுக்குத் தேச்சுக்க எண்ணெய்கூட பாத்ரூம்ல எடுத்து வெச்சாச்சு!'

'எல்லாம் வேஸ்ட்டு!' என்றான் விரக்தியுடன்.

'ஏன் என்ன ஆச்சு, அவன் வரலையா? ஏமாத்தலா?' என்றாள் அதிர்ந்து போய்.

'இல்லை, நான்தான் டில்லி-ஆக்ரா ட்ரிப் வேணாம்னுட்டேன். அவங்களுக்கு போன் பண்ணி அதுக்குப் பதிலா பணமாக் கொடுப்பாங்களான்னு கேட்டேன். பத்தாயிரம் ரூபாய் தர்றதாச் சொல்லிட்டா! வாங்கிண்டுட்டேன்!'

'அப்ப டில்லி கிடையாதா?' அவள் முகம் சின்னதாகி வாடி விட்டது.

'இல்லை.'

'எதுக்கு இப்பப் பணம்?'

'பாச்சாவுக்கு ஸ்டோர்ல காஷியர் வேலை ஆகும்போல இருக்கு. அதுக்கு காஷன் டெபாஸிட் கட்டணும். அப்புறம் அம்மாவுக்கு ஆபரேஷனை வெச்சுண்டுரலாம்னுட்டார் டாக்டர்!'

பூர்ணிமா சற்று நேரம் அவனையே பார்த்துக்கொண்டிருந்தாள்.

'எல்லாம் வேஸ்ட் இல்லை?' கண்களில் அவசரப்பட்ட கண்ணீரை உதிரவிடாமல் தடுத்தாள்.

சுவாமி அவளருகில் வந்து பரிவுடன் கன்னத்தைத் தடவி, 'உனக்குத்தான் கொஞ்சம் ஏமாத்தம், அப்படித்தானே?'

'பரவாயில்லை, இன்னொரு தடவை ப்ரைஸ் விழுந்தால் ஆக்ரா பார்த்துக்கலாம்' என்றாள்.

10

தாய் - 1

பரிசோதனைக்குப் பின் சோப் போட்டுக் கை கழுவிக் கொண்டு, டாக்டர் சாவித்திரி திரையைத் திறந்தாள். அந்தப் பெண் தன் உடைகளைச் சரி செய்துகொண்டு, பரிசோதனைக் கட்டிலிலிருந்து இறங்கும்போது, கண்ணாடி வளையல்கள் ஒலித்தன. இருபது வயது இருக்கும். அடர்த்தியான முரட்டுத் தலைமயிர், உதடுகளில் ஒரு முழுமை, அழுத்தம், காட்டிக் கொடுக்காத பார்வை.

டாக்டர் சாவித்திரி தன் மேசைக்கு வந்து எதிர் நாற்காலியில் உட்கார்ந்திருந்த தாயைப் பார்த்தாள்.

தலையில் நரைக்கீற்றுகள். நெற்றியில் பொட்டுத் தழும்பு. கவலை எழுதிய நெற்றி, கவலை தோய்ந்த கண்கள், கவலையில் நடுங்கும் விரல்கள்.

'டாக்டரம்மா, ஒண்ணுமில்லைதானே! நல்ல சேதி சொல்லப் போறீங்கதானே?'

'இல்லைம்மா, கொஞ்சம் அட்வான்ஸ் கேஸ், நல்லா ஃபார்ம் ஆய்டுத்து.'

'அய்யோ, அப்படின்னா?'

'பெத்துக்கறதுதான் நல்லது. அபார்ஷன் பண்ணினா உயிருக்கு ஆபத்து.'

'அடிப் பாவி!' என்று தன் மகளைப் பார்த்தாள்! 'எங்க வெச்சுப் பேன்...? எப்படி ஏச்சுப்பேச்சை சமாளிப்பேன்? டாக்டர், நீங்க எப்படியாவது...'

'முடியாதும்மா, நான் செய்யமாட்டேன். ஆபத்து, லேட்டு!'

'அடிப்பாவிப் பெண்ணே! இத்தனை நாள் கழிச்சுச் சொல்றியே. தொடைகாலி! ஓடுகாலி! அப்பனைத் தப்பாம கொண்டு பொறந் திருக்கியே!' என்று பெண்ணின் முதுகில் இரண்டு கைகளாலும் மொத்தி, கன்னத்தைக் கிழிக்க முற்பட்டாள். அவள் தாங்கிக் கொண்டு பேசாமல் இருந்தாள். டாக்டர் சாவித்திரிக்கு அவளைப் பார்க்க ஆத்திரம் வந்தது. தாய்க்கு இத்தனை கவலை தந்திருக் கிறோமே என்று இம்மி வருத்தமுமின்றி 'ஃபெமினா'வைப் புரட்டிக் கொண்டிருந்தாள்.

'என்ன அழுத்தம் பாருங்க, டாக்டர்.'

'உன் பேர் என்ன?'

'ரஞ்சனா.'

'ரஞ்சனா, உன் நிலைமை உனக்குச் சரியாத் தெரியுமா?'

'ம்.'

'யு ஆர் ப்ரெக்னெண்ட். ஸிக்ஸ்டீன் வீக்ஸ்!'

'ம்.'

'எத்தனை மருந்து, மாயம், மாத்திரை எல்லாம் இருக்கு. முழுங்கித் தொலைக்கிறதுதானே! ராட்சசி... என் வயிற்றெரிச்சலைக் கொட் டிக்கிறதுக்குன்னே பிறந்தியே.'

'வாட் ஹாப்பண்ட் ரஞ்சனா? ஏதும் ப்ரிக்காஷன் எடுத்துக் கலையா?'

'பிக்னிக் போறப்ப மிஸ் ஆயிடுத்து டாக்டர்.'

'இதுக்குக் காரணம் யாருன்னு தெரியுமா?'

'ம்.'

'யார்! பேர் சொல்லு. கண்டம் கண்டமா வெட்டிப் போட்டுடறேன். உன்னையும் சேர்த்து! மூதேவி உன்னை... உன்னை' மறுபடி முதுகில் மொத்த, அவள் தலை பலமாக அசைந்தது.

'அந்தாளை கூட்டி வர முடியுமா?'

'அவனுக்குக் கல்யாணம் ஆய்டுத்து.'

'யாருடி ப்ரசன்னாவா?'

'உனக்குத் தெரியாதும்மா. காலேஜ்லே பழக்கம்.'

'கல்யாணமானவன் கூடவா?'

'இப்பத்தாம்மா கல்யாணம் ஆச்சு.'

'ரஞ்சனா, அவன் யாராயிருந்தாலும் பொறுப்பு ஏத்துக்கணும். பேர் சொல்லு.'

'யோகி.'

'யோகியா, அது என்ன பேரு?'

'யோகேஷ்.'

'போன் நம்பர் தெரியுமா?'

'ம்.'

போன் செய்தபோது யோகேஷ் தன் புதுமண மனைவியுடன் தேனிலவுக்குப் போயிருப்பதாகவும் அடுத்த மாதம் பத்தாம் தேதி வருவதாகவும் தெரிந்தது.

'அவன் அப்பா, அம்மா எங்கே இருக்காங்க?'

'துபாய்ல.'

மிகுந்த கலவரத்துடன், 'என்னத்தைப் பண்ணுவேன். எங்கே போவேன்...? டாக்டரம்மா, நீங்கதான் ஒரு வழி சொல்லணும். எனக்கு யாரும் இல்லை. தனியா...' அவள் குரல் கடைசி வார்த்தைகளில் கம்மிப்போய், இரு கண்களிலும் நீர் உதிர்ந்து மேஜைக் கண்ணாடியில் மெல்லச் சேர்ந்துகொண்டது.

'பாருங்கம்மா, அபார்ட் பண்றது ரொம்ப ரொம்ப அபாயம். பேசாம பெத்துக்க ஏற்பாடு செய்துடுங்க.'

'எங்கே போவேன்? எங்கே வெச்சுப்பேன்? அக்கம் பக்கம் எல்லாம் துளைச்சுடுவாங்களே!'

'உறவுக்காரங்க யாரும் இல்லையா, ஒத்தாசைக்கு வர மாட் டாங்களா?'

'மச்சினர் இருக்கார், பழைய மாம்பலத்தில். சண்டை. அந்த வீட்டுப் பக்கம் தலைவெச்சுப் படுத்ததில்லை. பத்து வயசில தகப்பனைச் சாப்டா. சொல்லிச் சொல்லிக் காட்டினா. ஏதோ ஒரு பீத்தல் நகைக்குப் பேச்சுக் கேக்க வேண்டியிருந்தது. சொந்தக் காலில் நின்னுகாட்டறேன்னு கட்டின புடைவையோட வெளியில வந்தேன். ஒரே பொண்ணுன்னு கடனை உடனை வாங்கிப் படிக்க வெச்சு ஓடா உழைச்சுச் சம்பாதிச்சுக் காலேஜுக்கு அனுப்பினா...' மறுபடி அவளை முதுகில் குத்தி, 'சுமந்துண்டு! சொல்லுடி... சொல்லு. வழி சொல்லு. என்ன பண்ணப் போறே? செத்...து ஒழியேன்,'

'ஏன் அனுப்பிச்சியாம்?' என்றாள் ரஞ்சனா.

'என்னது?'

'பிக்னிக்குக்கு, பள்ளிக்கூடத்துக்கு, காலேஜுக்கு... ஏன் எல் லாத்தையும் 'என்கரேஜ்' பண்ணியாம்? பாட்டு கிளாஸ், டான்ஸ் கிளாஸ்... பரதநாட்டியம் தாதை தக்கத்தை...' என்று கை விரல்களால் பூ பண்ணினாள் ரஞ்சனா.

டாக்டர் சாவித்திரி அவர்கள் இருவருக்கும் இடையே உள்ள பிணக்கைச் சரியாகப் புரிந்துகொள்ள முடியவில்லை. ஆனால் பிரச்னை என்னவோ பெரிது.

'எங்கேயாவது ஆசிரமம் மாதிரி கொஞ்சம் நாளைக்கு இந்தச் சனியனை வெச்சுக்கறாப்பல இடம் இருக்கா டாக்டர்?'

'ஆசிரமம் இல்லை. நர்ஸிங் ஹோம், எஸ்.என். நர்ஸிங்ஹோம், ஆனா ரொம்பச் செலவாகும்.'

'எவ்வளவு?'

'கேட்டுச் சொல்றேன்.'

அந்த நர்ஸிங் ஹோமின் நம்பரைப் பார்த்து போன் செய்தாள்.

ரஞ்சனா, 'பசிக்கிறதும்மா!' என்றாள்.

'பட்டினி கிடந்து சாகு!'

'டாக்டர் மிதிலா இருக்காங்களா? ஆபரேஷன் தியேட்டர்லயா? நான் டாக்டர் சாவித்திரி. மறுபடி அரை மணியில போன் பண்றேன்.'

போனை வைத்துவிட்டு, 'ரஞ்சனா, நீ செய்த காரியத்தினுடைய தீவிரத்தை உணர்ந்துபார். உங்கம்மாவுக்கு எத்தனை கவலை தர்றே நீ! எத்தனை மனக்கஷ்டம்.'

'ஆமாம்' என்றாள் மையமாக.

'என்ன ஆமாம்?'

அந்தப் பெண் தாயைப் பார்த்து, 'போலாமாம்மா பேசியாச்சா?'

சாவித்திரிக்கு ஆத்திரம் வந்தது. 'யூ ஸ்டுப்பிட் கர்ள்! என்ன அலட்சியம் உனக்கு? என்ன கர்வம் உனக்கு? பாவப் புழுவே! ஒரு நிமிஷம் கட்டுப்பாடு இல்லாம சபலத்துக்கு யூ ஸ்கம்!'

ரஞ்சனா டாக்டரை நிமிர்ந்து பார்த்த பார்வையில் எந்தவிதப் ப்ரதி க்ரியையும் இல்லை.

'டாக்டரம்மா இது அசடு! தொடைகாலி முண்டைக்கு எதுவும் தெரியாது. சின்ன வயசில் கண்ணாடி வளையல்காரன் பின்னாடி ஓடினபோதே வீட்டோட வெச்சுண்டு இருந்திருக்கணும். நல்ல ஸ்கூலுக்கு அனுப்பிச்சு நன்னாப் படிக்க வெச்சா உருப்படும்னு இதுக்கு எத்தனை பணம் காசு செலவழிச்சேன்! எத்தனை டிரஸ்ஸு! மாக்ஸியைக் கொண்டா, நிஜாரைக் கொண்டா... கேட்ட உடனே கொடுத்துரணும். இல்லை, மூஞ்சியைத் தூக்கி வெச்சுண்டு, 'நான் பள்ளிக்கூடம் போகமாட்டேன்!' இந்த க்ஷணம் மொபெட் வேணும்னா அஞ்சாயிரம் ரூபாய்க்கு எங்கே போவேன்? மச்சினர்கூட சண்டை போட்டுட்டு பாத்தியத்தில் கையெழுத்துப் போட்டுட்டு கோர்ட்டுக்குப் போகாம, காம்ப்ரமைஸ் வாங்கிண்டு, கிடைச்ச பணத்தில எதுக்குமே குறை வைக்காம, எனக்குன்னு ஏதும் வாங்கிக்காம பாதி நாள் அரைப்பட்டினியா நான் இருந்துண்டு, இதுக்குப் பொட்லம் வாங்கித் தந்து... தப்பு! பணக்கஷ்டம் தெரியாம வளர்த்தது தப்பு!'

'நீங்க வேலையில இருக்கீங்களா, அம்மா?'

'இல்லை. மகிளா உத்யோக்னு... அவாளுக்கு வீட்டிலிருந்து பட்சணம், வத்தல் சப்ளை பண்ணுவேன். மாசம் அறுநூறு வர்றது.'

போன் மணி ஒலிக்க, 'டாக்டர் மிதிலா? நான் டாக்டர் சாவித்திரி பேசறேன். இங்க ஒரு 'அவுட் ஆஃப் வெட் லாக்' கேஸ்... பதினாறு வாரம்... ஸ்கான் எடுத்துடறேன்.'

தாய் அவள் முகத்தையே ஆர்வத்துடன் பயத்துடன் பார்த்துக் கொண்டிருந்தாள். 'மதர் இஸ் புவர். அதிகம் சார்ஜ் பண்ணாதீங்க... ட்ரூ... ஆமாம் குறைந்தபட்சம் எவ்வளவுன்னு சொன்னீங்கன்னா... அவ்வளவு ஆகுமா? தாங்க்ஸ், நான் லெட்டர் எழுதி அனுப்பறேன்.'

'என்ன டாக்டரம்மா?'

'குறைந்தபட்சம் பதினஞ்சாயிரம் ரூபாய் ஆகுமாம். குழந்தை பிறக்கிறவரைக்கும் அங்கேயே வெச்சுப்பாங்க. ரூம் சார்ஜ், ஆகாரம், டெஸ்ட்டுகள், பிரசவம், மருந்து, எல்லாத்துக்கும் சேர்த்து, அதுவும் இது 'கன்ஸஷன்' ரேட்டு. பணமுள்ளவங்களுக்கு எழுபத்தஞ்சு!'

'குழந்தை பிறந்தப்புறம்?'

'முதல் தினமே ஸரண்டர் டாக்குமெண்ட்ஸ்ல கையெழுத்துப் போட்டுக் கொடுத்துரணும். அவங்க பொறுப்பேற்றுப்பாங்க.'

'குழந்தையை என்ன பண்ணுவாங்க?'

டாக்டர் நிதானமாக 'வேண்டாம் வேண்டாம்னு நீங்க சொல்றாப் பல 'வேணும்'னு எத்தனையோ பேர் காத்திருக்காங்க. அவங்க யாருக்காவது போகும் குழந்தை. நீங்க யோசிச்சு, தீர்மானிச்சு சாயங்காலம் வாங்க.'

'என்கிட்ட அத்தனை பணம் இல்லையே டாக்டர்.'

'யார் கிட்டயாவது கடன் கேட்டுப் பாருங்க. வீடு கீடு ஏதாவது இருக்கா?'

'இல்லையே.'

‘அந்தப் பையன்கிட்ட சண்டைபோட்டு வாங்குங்க.’

‘அதுக்கெல்லாம் சாமர்த்தியம் இருந்தா இந்த நிலைமைக்கு வந்திருப்பமா? எங்க துபாய்க்கு ஓட முடியுமா? இல்லை, ஹனிமூன் பின்னாடி அலைய முடியுமா? சொல்லுங்கோ! எங்கே போவேன், என்னத்தைப் பண்ணுவேன்? செத்துப் போயேன்! வீட்டுக்குப் போனதும் ரெண்டு பேரும் கிரஸின் ஆயிலைக் கொட்டிண்டு நெருப்புப் பத்த வெச்சுண்டு ஒழியலாம், வா!’

‘அதெல்லாம் வேண்டாம்!’

‘ஊமத்தங்காயை... அரளி விதையை அரைச்சுக் கொடுத்துடறேன்.’

அந்தத் தாயின் ஏமாற்றங்கள் முழு வடிவம் பெற்று ஓர் ஆத்திர அலை அவளை ஆக்கிரமிக்க, ரஞ்சனாவின் தலைமயிரைப் பிடித்து உலுக்கினாள். முதுகில், கன்னத்தில், கழுத்தில் என்று தாட்சண்யமில்லாமல் அடித்தாள். வெறி வந்த புலிபோல் இருந் தாள். அவ்வப்போது தன் தலையிலும் மடேர் என்று அடித்துக் கொண்டு, மீண்டும் மகளை மொத்தினாள். அந்தப் பெண் அத்தனை அடியையும் தாங்கிக்கொண்டு ஏதும் பேசாமல் இருந்தது டாக்டருக்கு ஆச்சரியமாக இருந்தது.

‘போதும்மா! இப்ப அடிச்சு ஏதும் பிரயோசனமில்லை.’

புயல் அடித்து ஓய்ந்ததுபோல, மழை நின்றதுபோல, மழை நீர் வாய்க்கால் வடிந்து முடிந்ததுபோல அவள் தன் உணர்ச்சிகள் அத்தனையும் காலியான நிலையில் உட்கார்ந்தாள். முகத்தைத் துடைத்துக்கொண்டு தன் மஞ்சள் பையிலிருந்து ஒரு பெருங்காய டப்பாவை எடுத்தாள். அதைத் திறந்து ரோஜா நிற மெலிசுக் காகிதப் பொட்டலத்தைப் பிரித்தாள். உள்ளே தங்கச் சங்கிலியும் மற்ற நகைகளும் இருந்தன.

‘என்னம்மா இது?’

‘இந்தப் பொண்ணுக்குக் கல்யாணத்துக்காக கொடி, திருமாங் கல்யம், தோடு, மோதிரம் பண்ணி வெச்சிருந்தேன். மொத்தம் பத்து சவரன் இருக்கும். வித்துடறேன். நீங்க நர்ஸிங் ஹோமுக்கு ஏற்பாடு பண்ணிடுங்கோ டாக்டரம்மா!’

11

தாய் - 2

சுதாகர் கடிதம் எழுதியிருந்தான்.

'அன்புள்ள திவா,

இந்தக் கடிதம் கண்டதும் உடனே நீ புறப்பட்டு வந்து அம்மாவை அழைத்துச் செல்ல வேண்டும் என்று கேட்டுக் கொள்கிறேன். எனக்கு 'டெபுடேஷனில்' செல்லும் சந்தர்ப்பம் கிடைத்துவிட்டது. பாலா கூட வரப் போவதால் அம்மாவைப் பார்த்துக்கொள்ள இங்கே ஆளில்லை. அதனால் இந்தக் கடிதம் கண்டவுடன் கூடிய சீக்கிரம் தவறாமல் புறப்பட்டு வருமாறு கேட்டுக் கொள்கிறேன். நான் திரும்பி வந்ததும் அம்மாவை அழைத்துக்கொண்டு விடுவேன்.

அங்கு சித்ரா, குழந்தைகள் சௌக்கியம் என நம்புகிறேன்.

அன்புடன்

சுதா

திவாகர் தன் மனைவியிடம் கடிதத்தைக் காட்டு வதற்குத் தக்க சந்தர்ப்பத்தை யோசித்தான். காலை சித்ரா ரொம்ப பிஸியாக இருப்பாள். குழந்தை களைப் பள்ளிக்குத் தயார் பண்ண வேண்டும். இவனுக்கு எட்டரைக்குச் சாப்பிட்டுவிட்டுப் போக வேண்டும். அதற்குச் சமையல் மற்றும் ப்ளாஸ்கில்

காப்பி; பிள்ளைகளுக்கு வெண்ணெய் தடவிய ரொட்டி, பாட்டிலில் தண்ணீர் அனைத்தும் அனுப்பி முடித்து சோர்ந்துவிடுவாள். கோபம் கோபமாக வரும். காலை வேண்டாம். மத்தியானம் ஆபிசிலிருந்து மாடிவீட்டுக்குப் போன் பண்ணிக் கூப்பிடலாம். ஆனால் மற்றவர் போனில் இந்த சமாசாரத்தை விவரமாகப் பேச முடியாது. மாலை குழந்தைகள் திரும்பி வந்து டிபன் கோகோ அட்டகாசம். இரவு படுத்த நிமிஷமே அசதியில் தூங்கிப் போய் விடுவாள். எப்போதுதான் சொல்வது?

இன்று வெள்ளிக்கிழமை, கோயிலுக்குப் போவார்கள். அப்போது சொல்லத் தீர்மானித்தான். அர்ச்சனை பண்ணிவிட்டுக் கற்பூர வெளிச்சத்தில் அம்மனிடம், 'தாயே! இப்படியே வெச்சிரும்மா போதும்' என்று மாங்கல்யத்தில் சித்ரா மஞ்சள் தொட்டுக் கொண்டபோது சொன்னான்: 'அண்ணா லெட்டர் எழுதி இருக்கான்.'

'என்னவாம்?' உங்கம்மாவை இங்கே 'டம்ப்' பண்ணப்போறார். அதுதானே?' அந்த வார்த்தை அவனுக்குக் கோபம் உண்டாக்கினாலும் சண்டைபோட இது தருணமல்ல. இவள் ஒத்துழைப்பு வேண்டும்.

'அவன் பாரின் போகப் போறானாம். டெபுடேஷன் முடிந்த கையோடு திருப்பி அழைச்சுக்கறேன்னு...'

துவஜஸ்தம்பத்தின் அருகில் நின்று திரும்பி அவனைப் பார்த்து, 'வருஷா வருஷம் இதையேதான் சொல்லிண்டிருக்கார் உங்க தமையனார். ஏதாவது ஒரு சாக்கு. அவர்தான் டெபுட்டேஷன்ல போறார். அவ? அவ டில்லிலதானே இருக்கப் போறா?'

'அவளும் போறாளாம் கூட.'

'அதனால?'

'அம்மா வேற எங்கே போவா சித்ரா?'

'உங்க அம்மாவையும் டெபுட்டேஷன்ல கூட்டிண்டு போகச் சொல்லுங்கோ?'

'நடக்கிற காரியமா அது? என்ன?' என்றான் கோபத்தை விழுங்கிக்கொண்டு.

‘எது எப்படியோ... உங்கம்மாவை அத்தனை சீக்கிரம் கூப்பிட்டு வெச்சுக்க நான் தயாராக இல்லை. வீட்டில் வேலை எனக்கு இடுப்பு ஒடியறது. அவர் வேறு வந்து ஒருநாள் கோதுமைச் சாதம், ஒரு நாள் பயத்தம் கஞ்சின்னு என்னால மன்னாட முடியாது. போய்ப் பதினஞ்சு நாள்கூட ஆகலை, உடனே அனுப்பறேன்னா என்ன அநியாயம்?’

‘ஒண்ணரை மாசம் ஆச்சு சித்ரா.’

‘சரி! வருஷத்திலே ஒண்ணரை மாசம்தான் அந்த பாலாமணி வெச்சுப்பாளாமா? அப்புறம் அவா ஃபாரின் போய்டுவா. நான் பதினோரு மாசம் லோல்படணும்.’

‘இப்படியெல்லாம் ஒரு கணக்கா சித்ரா?’

‘பாருங்கோ! எனக்கு உங்கம்மாவை வெச்சுக்கறதுக்கு ஆட்சேபணை இல்லை. வருஷத்தில் ஆறு மாசம்னா சரி. வருஷம் முழுக்க இல்லை! இந்த ட்ரிக் அவா வருஷா வருஷம் பண்றா. நீங்களும் அசமஞ்சம் மாதிரி ஒப்புத்துக்கறீங்க!’

திவா மௌனமானான். யோசித்துப் பார்த்தால் பெரும்பாலும் அம்மா இவனிடம் இருந்திருக்கிறாள். இந்த டெபுடேஷன் அஸ்திரத்தை மூன்றாவது முறை பிரயோகிக்கிறான் சுதாகர். சித்ரா சொல்வதில் உள்ள பாழாய்ப் போன நியாயம் தெரிகிறது. ஆனால், அதற்கெல்லாம் இந்த உறவுப் பிணைப்புக் கட்டுப் பட்டுத்தான் ஆக வேண்டுமா? அம்மா எத்தனை முறை சொல்லி இருக்கிறாள். ‘என்னை இப்படி அல்லாட வெக்காதீங்கடா! யாராவது ஒருத்தன்கிட்டே பர்மனண்ட்டா இருந்துடறேன். இன்னும் கொஞ்சநாள்ப்பா...!’

‘பாருங்கோ இந்தத் தடவை கட் அண்ட் ரைட்டா சொல்லி டுங்கோ. இப்ப இல்லை! அவ்வளவுதான்! குடுகுடுன்னு போய் அழைச்சுண்டு வந்துடாதீங்கோ. இருபத்துநாலு மணி நேரமும் சிச்ருஷை பண்ணத் திராணி இல்லை எனக்கு.’

‘என்ன சித்ரா நீ! அவ என்ன கேக்கறா?’

‘உங்களுக்குத் தெரியாது. நீங்க பாட்டுக்கு ஆபீஸ் போய்டுவீங்க. உங்கம்மா வரிக்கு வரி சொல்லிக்காட்டுவா. பாலாமணின்னா ஒஸ்தி. நைசா வாழைப்பழத்தில் ஊசி ஏத்தறா மாதிரி என்

குழந்தைகளைக் கிண்டல் பண்ணுவா! அன்னிக்கு விசிறிக் கட்டையை உங்கள்ட்ட எடுத்துக் கொடுத்தாள் என்னை அடிக்கிறதுக்கு?'

'பொய்!'

'உங்களுக்கு பழசெல்லாம் ஞாபகமே இருக்காது. எதுக்குத் தர்க்கம் பண்ணணும்? சொல்லிவிட்டேன்! ஜூன் மாசம் போனா... இனிமே ஜனவரி மாசம் கூட்டிண்டு வாங்கோ. வெச்சுக்கலாம்!'

'இப்படிச் சொல்லிட்டா எப்படி?'

'இப்படித்தான்.'

அதற்கப்புறம் அவர்கள் மௌனமாக வீட்டுக்கு நடந்தார்கள்.

மறுநாள் ஆபீசில் சுதாகரிடமிருந்து போன் வந்தது. 'லெட்டர் கிடைச்சுதா?'

'என்ன லெட்டர்?'

'அம்மாவை அழைச்சுண்டு போக...'

'ஓ, அதுவா? அது இப்ப சௌகரியமில்லை, சுதா...'

'என்ன சௌகரியமில்லை! நான் டெபுட்டேஷன்ல போகணும்பா!'

'ஒவ்வொரு தடவையும் நீ இதையேதான் சொல்லிண்டிருக்கே!'

'திவா! நாம நம்ம பொண்டாட்டி பேச்சைக் கேக்க வேண்டாம். நமக்குள்ள இதை ஸார்ட் அவுட் பண்ணலாம் என்ன?'

அவன் கோபம் ட்ரங்காலிலும் தெளிவாக ஒலித்தது.'

'இந்தத் தடவை நிச்சயமா டெபுட்டேஷன் லெட்டரே வந்திருக்கு. மணிலாவுக்கு. வேணா அந்த லெட்டரை ஜெராக்ஸ் எடுத்து அனுப்பட்டுமா?'

'அதெல்லாம் வேண்டாம்.'

'எப்ப வர்றே?'

'பார்க்கலாம்.'

'நான் கொண்டுவந்து விடணுமா? சொல்லு!'

'இல்லை.'

'நீ என்ன பண்றே... உடனே சென்ட்ரல் போய்...'

'பார்க்கலாம்' என்று போனை வைத்துவிட்டான். சற்று நேரத்தில் அது மறுபடி ஒலித்தது. 'சார், உங்க பிரதர்.'

'என்ன?'

'என்ன, பதில் சொல்லாம வெச்சுட்ட? கட்டாய்டுத்தா? அப்ப என்னிக்கு வர்றே. நான் வேணா டிக்கெட் வாங்கி அனுப்பவா. இங்கிருந்து ரிசர்வ் பண்ணலாம்.'

'வேண்டாம்.'

'அப்ப டிக்கெட் வாங்கினப்புறம் போன் பண்றயா. ஸ்டேஷனுக்கு வர்றேன்.'

'ம்.'

சாயங்காலம் வீட்டுக்குப் போனபோது, 'என்ன சொன்னார் உங்க பிரதர்?' என்றாள் சித்ரா.

'ஏன்?'

'அந்த ராணி - மேனாமினுக்கி - எனக்கு போன் பண்ணியிருந்தா மாடி வீட்டில். 'சித்ரா டார்லிங் ஒரு ரெண்டு மாசத்துக்குப் பார்த்துண்டா போதும்... நான் திரும்பி வந்துடுவேன். வந்து உடனே அம்மாவை அனுப்பிச்சுடலாம்...' என்ன பொய்யி! போன தடவையும் இதேதான் சொன்னா. இதோ வந்துடுத்து ஆர்டர்... இதோ இந்த நிமிஷம் கிளம்பறோம்னு. எல்லாம் பொய்யி! அண்ணா என்ன சொன்னார்?'

'இதேதான். நான் ஒண்ணும் பிடிகொடுத்துப் பேசலை.'

'பிடி என்ன பிடி? மாட்டேன், முடியாதுன்னு நேராச் சொல்றது?'

'அம்மா எங்கே போவா சித்ரா? அர்த்தமில்லாம பேசறியே... எங்க ரெண்டு பேரை விட்டா அவளுக்கு வேற யார் இருக்கா, சித்ரா? வயசான காலத்தில அவளை இப்படி அல்லாட

மத்யமர் ◆ 105

வைக்கறது ரொம்பத் தப்பு இல்லையா? என்ன இன்னும் கொஞ்ச நாள் இருக்கப் போறா...'

'நீங்க சொல்றது அத்தனையும் உங்க அண்ணாவையும் மன்னியையும் கேக்க வேண்டியது! என்ன அப்படி டெபுட்டேஷன்? என்ன அவசரம்...ஒரு நாலு மாசம் கழிச்சுப் போகட்டுமே இவ? இந்த டெபுடேஷன்கிறதே ஒரு ட்ரிக்கு! மறுபடி அம்மாவை நம்மகிட்ட அனுப்ப ஒரு ஏற்பாடு! இந்தத் தடவை நீங்க மசியக் கூடாது! நான் மாட்டேம்பா.'

'வேணும்னா ஓர் ஆள் போட்டுக்கலாம்.'

'ஆளா! பணம் கொட்டிக் கிடக்கா இங்கே?'

'அண்ணாவை அனுப்பச் சொல்றேன்.'

'உங்கண்ணாவா? ஹ! ஆளும் வேண்டாம். தேளும் வேண்டாம். உங்க அம்மாவும் வேண்டாம்! இந்த ஏமாத்து வேலையை, தலையில மிளகாய் அரைக்கிறதை அவா நிறுத்தியே ஆகணும்.'

திவாகருக்கு என்ன செய்வது என்று தெரியவில்லை. அண்ணா கொஞ்ச நாள் பார்த்துவிட்டுச் சட்டென்று கொண்டுவிட்டு விடுவான்... எப்படியாவது சித்ராவைக் கொஞ்சம் கொஞ்சமாகப் பேசிப்பேசிச் சம்மதிக்க வைக்க வேண்டும். அதற்கு வெங்கடேச மாமாதான் சரி என்று கோட்டைக்கு போன் செய்தான். 'மாமா வீட்டில் ஒரு சின்ன க்ரைசிஸ். சாயங்காலம் வர்றீங்களா?'

வெங்கடேசன் அம்மாவுக்கு சற்றுத் தூரத்து உறவு.

'தாராளமா! என்ன விஷயம் சொல்லு...'

'விவரமா வீட்டில் சொல்றேன். நான் கூப்பிட்டதாச் சொல்லாதீங்கோ. சும்மா காஷுவலா வர்றாப்பல வாங்கோ... என்ன?'

'சரிப்பா.'

சாயங்காலம் க்வார்ட்டர்லி ரிப்போர்ட் முடிக்க வேண்டியிருந்தது. வீட்டுக்குப் போக ஏழரை ஆகிவிட்டது. போனதும் தான் வெங்கடேச மாமாவை அழைத்திருக்கிறோம் என்பது நினைவுக்கு வந்தது.

அவர் கூடத்தில் சோபாவில் உட்கார்ந்து இருக்கிற பத்திரிகை களையெல்லாம் படித்து முடித்திருந்தார். மேசையில் காலிக் கோப்பையும் தட்டும் வைத்திருந்தது. சித்ராவையோ குழந்தை களையோ காணோம்.

'எங்கே அவாள்லாம்?'

'கோயிலுக்குப் போறேன்னு போயிருக்கா.'

'உங்களைத் தனியா விட்டுட்டா?'

'அதனால என்ன... நீ ட்ரஸ் மாத்திண்டு வா!'

திவாகருக்குக் கடும் கோபம் வந்தது. 'இந்த மாதிரித்தான் பல விதங்களில் தன் கோபத்தைக் காட்டுவாள். என் வீட்டு மனுஷர் கள் என்றாலே அலட்சியம்தான்.'

'சமையலறையில் ப்ளாஸ்கில் காப்பி வெச்சிருக்காளாம்' என்றார் மாமா சகஜமாக.

கைகால் முகம் கழுவி உடை மாற்றிக்கொண்டு அவர் எதிரே உட்கார்ந்தான். 'சித்ரா ஏதாவது சொன்னாளா அதைப்பத்தி?'

'சொன்னாளே! சுதாகர் கடுதாசி எழுதி போன் மேல போன் போடறானாம். உங்கம்மாவை அழைச்சுண்டு போறதுக்கு...'

'இவளுக்கு இஷ்டமில்லை மாமா! எப்படி கன்வின்ஸ் பண்ற துன்னே தெரியலை. எங்க அம்மா எங்கே போவா? சொல்லுங்க! அவன் பண்றதும் சரியில்லைதான். ஏதாவது சாக்குச் சொல்லி அனுப்பிச்சுர்றான். இவள் குழந்தைகளை என்னை, அம்மாவை எல்லோரையும் சமாளிக்கத் திணர்றா!'

'திவா, உன் ப்ராப்ளம் இன்னிக்கு இந்தத் தேசத்தோட ஒவ்வொரு குடும்பத்திலயும் இருக்கு... இது இந்தச் சமூகத்தினுடைய மாறுதலால் ட்ரான்ஸிஷன் ப்ராப்ளம் இது. குடும்பங்கிறதுக்கு அர்த்தம் மாறிண்டிருக்கு. கூட்டுக் குடும்பங்கிறது அழிஞ்சுண்டு இருக்கு. இதுக்குப் பல்வேறு காரணங்கள். வீடுகள் அளவில் சின்னதாயிண்டிருக்கு. ஜனங்களுக்குப் பொறுமை குறைஞ்சிண் டிருக்கு. சுயநலம் அதிகமாகி, பெரியவர்களுக்கு மரியாதை குறைஞ்சிடுத்து, எத்தனையோ காரணங்கள்...

ஆனா உன் கேஸ்ல, அதிர்ஷ்டவசமாப் பிரச்னைக்கு உன்னையும் உன் அண்ணாவையும் மீறின ஒரு தீர்வு கிடைக்கும்போல இருக்கு.'

'என்ன சொல்றீங்க? புரியலை!'

'உங்கம்மா தனியா இருக்கத் தீர்மானிக்கலாம்.'

'எப்படி? எங்கே?'

'எங்கே வேணும்னா? ஒரு சமையற்காரி, ஒரு வேலைக்காரனைப் போட்டுண்டு ஒரு வீட்டை எடுத்துண்டு நிம்மதியா இருக்கலாம்.'

'என்ன பேத்தறீங்க? அதுக்குப் பணம் எவ்வளவு ஆகும் தெரியுமா, மாசம்?'

'ரெண்டாயிரமா? மூவாயிரமா? ஐயாயிரமா?'

'அம்மாவுக்கு ஃபேமிலி பென்ஷன் எவ்வளவு வருது தெரியுமா? அறுநூறு ரூபாய்!'

'அதை நான் சொல்லலை. உங்கம்மாவுக்குத் தாத்தா வழியா ஒரு சொத்து ரொம்ப நாள் லிட்டிகேஷன்ஸ் இருந்தது. என் கஸின் லேட் துரைசாமி. உங்கம்மாவுடைய பிரதர். அவனுடைய சன்ஸ் ரெண்டுபேர். அவர்களையெல்லாம் உனக்குப் பழக்கமில்லை. அவங்க சித்தப்பா ஸ்ரீனிவாசன் மேல கேஸ் போட்டு, சுப்ரீம் கோர்ட்டுவரை போச்சு. அது இப்பத்தான் தீர்ப்பாயிருக்கு. பிதுரார்ஜித சொத்தாயிருக்கிறதாலயும் தாத்தா 1960-ல்தான் இறந்ததாலயும் பெண் வாரிசான உங்கம்மாவுக்குப் பங்கு உண்டுன்னு தீர்ப்பாகியிருக்கு. அதுக்கு டிக்ரி வாங்கிண்டா உங்கம்மாவுக்குப் பணம் குறைந்தபட்சம் எட்டு லட்சமாவது வரும். அக்கடான்னு திருச்சிராப்பள்ளியில் ஒரு வீட்டை எடுத்துண்டு வேலைக்காரன் சமையல்காரனை வெச்சுண்டு இரண்டு பிள்ளைகளுக்குத் தொந்தரவில்லாம இருக்கலாம். உங்க பிரச்னை தீர்ந்துபோச்சு திவா. உங்கண்ணன் டெபுட்டேஷன்ல போகலாம். நீயும் நிம்மதியா இருக்கலாம்.'

'இது சுதாகருக்குத் தெரியுமா, மாமா?'

'நான் இன்னும் எழுதலை. நேத்திக்குத்தானே தீர்ப்பு ஆகியிருக்கு. ஒருவேளை நரசு சொல்லியிருக்கலாம். அவன் டில்லியிலேதானே இருக்கான்!'

'பக்காவா இது?'

'ஆமாப்பா. நீ எப்ப வந்தே?' என்றார் உள்ளே வந்த சித்ராவைப் பார்த்து.'

'அப்பவே வந்துட்டேன். பேசிண்டு இருக்கேளேன்னு டிஸ்டர்ப் பண்ணலை.'

'மாமா, நான் இதைப்பத்தி விவரமா சுதாகருக்கு லெட்டர் எழுதிடறேன். நீங்க சொன்னது நல்ல யோசனை.'

'என்ன யோசனை?' என்றாள் சித்ரா.

சொன்னான்.

ராத்திரியே மவுண்ட்ரோடு டெலிகிராப் ஆபீசுக்குப் போய் அண்ணனுக்குத் தந்தி கொடுத்தான்.

'STARTING BY TOMORROW'S GRAND TRUNK TO TAKE MOTHER. DIVAKAR.'

வீட்டுக்குத் திரும்பி வந்தபோது அவனுக்குத் தந்தி காத்திருந்தது.

'CHANGED MY PLANS REGARDING DEPUTATION, MOTHER STAYS WITH US - SUDHAKAR.'

12

தியாகம்

அலாரம் அடித்தபோது அருணாவுக்குத் தேவதைகள் 'இன்று விடுமுறை' என்று பாடிய இனிய கனவு கலைந்தது. தினத்தின் முதல் வார்த்தையாக 'ச்சே' என்று சொல்லிக்கொண்டு எழுந்து நேராக பாத்ரூமுக்குச் சென்று, ஹீட்டர் போட்டுவிட்டுக் கதவைத் திறந்து, பால் பாக்கெட் வாங்கி வந்து, காப்பி போட்டுவிட்டு முரளியை எழுப்பினாள்.

அவன் இயந்திரம் போல் பல் உரசவும் முகம் சவரவும் செல்ல, அருணா ஜிபாவையும் நந்துவையும் எழுப்பி அவற்றைத் தூக்கத்தோடு தூக்கிக்கொண்டு பாத்ரூமுக்குச் சென்று 'கக்கா கக்கா' என்று முக்க வைத்துவிட்டு அலம்பிக் குளிப்பாட்டி துண்டு சுற்றி வெளியே அழைத்து வந்தாள்.

நெற்றியைச் சுருக்கிக்கொண்டு, அழுதால் அடி விழும் என்ற பயத்துடன், குளிக்கப்பட்ட - உடுத்தப்பட்ட குழந்தைகள் தூக்கமும் விழிப்பும் தொட்ட, மலர்கள்போல அப்பா அம்மாவுக்குக் காத்திருந்தன.

நந்துவை ஹோம் ஒர்க் பண்ண வைத்துவிட்டு, முரளிக்குச் 'சொய் சொய்' என்று இரண்டு தோசை போட்டு, முதல் டிகாஷன் காப்பியுடன் டேபிளில் எடுத்து வைத்துவிட்டு, அவன் சட்டை பாண்டுக்கு இஸ்திரி போட்டுவிட்டுக் குளிக்கப் போனாள்.

சரியாக இரண்டு நிமிஷத்தில் குளியலை முடித்துக்கொண்டு இரண்டு நிமிஷத்தில் புடைவை உடுத்திப் பொட்டுத் தொட்டுக் கொண்டு ஜிபாவுக்கு ஃப்ளாஸ்கில் வெந்நீரும் மில்கேரும் விதவிதத் துண்டுகளும் டயபர்களும், ஃபீடிங் பாட்டிலும் காம்புகளும் நந்துவுக்கு ரொட்டி வெட்டு, பேரிக்காய்த் துண்டு, ப்ரோட்டின் பிஸ்கட், கோக்கோமால்ட் என்று ஒரு ஜெட் பைலட்டுக்கு உண்டான சாமக்கிரியைகள் போல அனைத்தையும் பிரம்புக்கூடையில் பொருத்தினாள்.

முரளி காலை ஆட்டிக்கொண்டு பேப்பர் படித்துவிட்டு கண்ணாடி யில் பதினைந்து நிமிஷம் பார்த்துக்கொண்டு, டீக்காக சட்டை, பாண்ட் அணிந்துகொண்டு, ஸ்கூட்டருக்கு வர, கூடையை அதன் கழுத்தருகில் நிற்க வைத்துக் குழந்தையைக் கையில் எடுத்துக் கொண்டு, நந்து இருவருக்கும் நடுவில் பாச்சை போல ஒட்டிக் கொண்டு ஒருவழியாய் தினசரி திக்விஜயம் கிளம்பும்போது மணி பார்த்தாள், 7.45.

இன்று நிச்சயம் லேட்.

இன்றும்!

டைனிடாட்ஸ் பேபிசென்டரில கதவு மூட இருந்தார்கள். குழந்தைகளை உள்ளே திணித்துவிட்டுப் புறப்பட்டு ஆனந்த ராவ் சர்க்கிள் ட்ராஃபிக்கில் மாட்டிக்கொண்டு ஆபீஸ் போய்ச் சேர, 8.15. அவளை ‘ட்ராப்’ பண்ணிவிட்டு முரளி தன் அலுவலகம் சென்றான்.

பதற்றத்துடன் லிஃப்டுக்குக் காத்திருந்தாள். பாழாய்ப் போனது ஏற்றத்திலேயே இருந்தது. கடைசியாக இறங்கிவந்து தன் ஆறாவது மாடி மேசைக்கு வந்து சேர்ந்தபோது 8.22.

‘மேடம், மேனேஜர் கூப்பிடறாங்க.’

பயத்துடன் உள்ளே சென்றாள். சீனிவாசமூர்த்தி ஒரு கண்ணாடி உருண்டையை உருட்டிக்கொண்டு சன்னல் வழியே வெளியே பார்த்துக்கொண்டிருந்தார்.

‘உக்காருங்க அருணா!’ இவளைப் பார்த்ததுமே முகம் இறுகியது.

‘பரவாயில்லை சார்.’

‘மணி என்ன தெரியுமா?’

மௌனம்.

‘நான், அதாவது உங்க பாஸ். தினம் தவறாம எத்தனை மணிக்கு, ஸீட்டுக்கு வந்து சேர்றேன் தெரியுமா? எய்ட் ஷார்ப்.’

‘ஸாரி சார். ட்ராஃபிக்கில மாட்டிக்கிட்டோம்.’

‘முப்பது நாளைக்கு முப்பது காரணங்கள் சொல்றீங்க. லேட்டா வர்றது உங்களுக்கும் பழக்கமாப்போச்சு. ஆபீஸ்ல எத்தனை பெண்கள் இருக்காங்க! அவங்களுக்கெல்லாம் குழந்தைகள் இல்லையா, ட்ராஃபிக் இல்லையா?’

‘அவர்களுக்கெல்லாம் மாமியார், அம்மா யாராவது தாங்க றாங்க...’ என்று சொல்லவில்லை.

‘வாட்ஸ் யுவர் ப்ராப்ளம் அருணா...?’

மௌனம்.

‘குல்பர்காவுக்கு ட்ரான்ஸ்பர் பண்ணிடட்டுமா?’

‘வேண்டாம் சார்.’

‘ஏன், இப்படி தினம் லேட்டா வர்றீங்க... ஸாரி, பொறுத்துப் பொறுத்து அலுத்துப் போச்சு. நாளையிலிருந்து 8.5க்குள்ள வரலைன்னா ஸாலரி...கட். அரை நாள்... ஒரு காஷன் மெமோ கொடுக்கப் போறேன்...’

நின்றுகொண்டிருந்தாள்.

‘போகலாம்.’

மேசைக்குத் திரும்பியதும் சூப்பரின்டெண்டன்ட் அவளைக் கண்ணாடியைச் சரித்துப் பார்த்து, ‘எதுக்காக நீங்கள்லாம் வேலைக்கு வரணும்னே தெரியலை!’ என்றார்.

கண்களில் ததும்பிய நீரைத் தடுத்துக்கொண்டு ஃபைலில் ஈடு பட்ட போது, ‘அருணா, நீங்க இன்னிக்கு ஓடி, ஸ்டேட் மெண்ட்டை முடிச்சிட்டுத்தான் போகணும். இல்லைன்னா ஜி.எம். கோவிச்சுப்பார்.’

‘சரி சார். ஒரு ஃபோன் பண்ணிக்கலாமா?’

‘உள்ளூர்னா சரி’ என்று ஃபோனை அவள்பால் இஷ்டமின்றித் தள்ளினார்.

‘ஹலோ, ஏ.பி.எஸ்.ஸி. கொஞ்சம் இ.ஓ.செக்ஷன்ல ரமேஷைக் (முரளியை) கூப்பிடறீங்களா...? அவங்க ஒய்ஃப் பேசறேன்.’

ரமேஷ் (முரளி) வந்து, ‘என்ன அருணா?’

‘சாயங்காலம் நீங்கதான் குழந்தைகளை அழைச்சுக்கிட்டு வரணும். எனக்கு லேட் ஆகும்.’

‘மானேஜர் சத்தம் போட்டானா ராஸ்கல்!’

‘ஆமாம்! உங்களுக்கு ஏதும் ப்ராப்ளம் இல்லையே.’

‘என்னை யாரும் கேட்க முடியாது. ஓட்டியா?’

‘ஸ்டேட்மெண்ட் முடிக்கணும். வீட்டில வந்தப்புறம் பேசலாம்.’

‘தாங்க்ஸ் சார்’ என்று ஃபோனை வைத்து, சீட்டுக்குப் போன போது, ப்யூன் இரண்டடி உயரத்துக்கு ஃபைல் கட்டுகளை மேசை மேல் வைத்திருந்தான். ஒவ்வொன்றுக்கும் கேஸ் ஸ்டேட் மெண்ட் போட்டு, ட்ராப்ட் தயார் செய்து, சூப்பரின்டெண்டுக்கு அனுப்ப வேண்டும். நளினியின் மேஜை காலியாக இருந்தது. புதுசாக வந்திருக்கும் மைசூர் க்ரேப் சேலை பற்றிக் காவேரி யுடன் பேசிக்கொண்டிருந்தாள்.

எரிச்சலாக வந்தது. யாருடன் சண்டை போட முடியும்? கேட்டால், ‘தினம் டயத்துக்கு வா. அதற்கப்புறம் கேள்!’ என்பார் சூப்பரின்டென்ட்.’

நளினி நாஸூக்கான பெண். அவள் கொஞ்சிக் கொஞ்சிப் பேசுவதும் மார்புப் புடைவை தங்காததும் அடிக்கடி மானேஜர் அறைக்குப் போவதும் நன்றாக இல்லை.

மற்றொரு கவலை வேறு உறுத்திக்கொண்டே இருந்தது. அசதியில் கண்ணைச் சுழற்றியது. டைப் அடித்ததெல்லாம் பிரிந்து தெரிய, ஏன் இந்த மயக்கம் என்று புரியவில்லை. இந்த ரேட்டில் அஞ்சுவருஷத்தில் செத்துப் போய்விடுவேன். ஏதாவது ஒன்று தீர்மானம் பண்ணியே ஆக வேண்டும்.

மேனேஜரிடமிருந்து வந்த மெமோவைக்கூடச் சரியாகப் படிக்கவில்லை. 'You are advised to be more careful in future as this is the last time' என்றெல்லாம் எழுதியிருந்தது.

என்ன ஆகும்? வேலையை விட்டு நீக்குவார்களா? நிம்மதி! நீக்கட்டுமே... அதற்குள் நானே ராஜினாமா கொடுத்து விடுகிறேன். இன்று முரளியுடன் பேசியே ஆக வேண்டும்.

நாலரை மணிக்கு முரளியின் ஃபோன் வந்தது. 'குழந்தைகள் க்ரஷ்ஷில் இல்லை. கதவு பூட்டியிருக்கு.'

'என்னது சரியாப் பார்த்தீங்களா?'

'பார்த்தாச்சு! நீ என்ன பண்றே... நேரே வந்து...'

'லேட்டா போனீங்களா?'

'ஆமாம். கொஞ்சம் லேட்டு.'

'பிரின்ஸிபால் வீடு பின்னால் இருக்கு. லேட்டாப் போனா அங்கே அனுப்பிச்சுருவா. போய்ப் பாருங்க.'

'நீயே வாயேன். ஒரு அரை மணி பர்மிஷன் வாங்கிண்டு.'

'முடியாது, இன்னிக்கு நிச்சயம் கிடைக்காது! எல்லோரும் கடுப்பா இருக்காங்க!'

'சரி' என்று அலுத்துக்கொண்டான்.

ஸ்டேட்மெண்ட் முடிக்க ஏழாகிவிட்டது. பி.டி.எஸ். பஸ் பிடித்து வீடு வந்து சேருவதற்கு எட்டு. ஜிபாவின் அலறலும் நந்துவின் அழுகையும் தெருமுனை திரும்பினதுமே கேட்டது. அவள்போய் இருவரையும் அணைத்துக்கொண்டதும்தான் நின்றது. ஜிபா பயந்திருந்தது, அப்பாவைப் பார்த்து.

'கிள்ளினீங்களா?'

'சேச்சே!'

'அடிச்சா அப்பா!' என்றான் நந்து. அவன் கன்னத்தில் விரல் அடையாளம் சிவப்பாக இருந்தது.

'சும்மாரு ராஸ்கல்!'

'என்ன ஒரு க்ரிஷ்! நான் போறேன்... பிரின்ஸிபால் வீட்டில் வாசல்ல மண்ணில் விளையாடிண்டிருக்கு குழந்தை. வேலைக்காரி எங்கேயோ நிக்கிறா. இவன் நிக்கர் எல்லாம் கிழிச்சுண்டிருக்கான். இது இன்னிக்கு ஒரு தம்ளர் மண்ணு தின்னிருக்கு! மாசம் இருநூறு ரூபா வாங்கிண்டு... எவ்வளவு மோசமான க்ரிஷ்! அருணா, ஏதாவது செய்தே ஆகணும். வேற இடம் பார்த்துரு.'

'பக்கத்தில் வேற இடம் இருக்கா என்ன?'

'இல்லை. ஏன் உங்கம்மாவை வந்து மூணு மாசம் இருக்கச் சொல்லேன்.'

'எங்கம்மா வரிசையா பிரசவம் பார்த்துண்டிருக்கா. வரமாட்டா! உங்கம்மா வரலாமே!'

'காட்டராக்ட் கண்ணை மறைக்கிறது. ஆபரேஷனுக்குக் காத்திண்டு இருக்கா. அவளால எப்படி வரமுடியும்?'

'வாஸ்தவம்தான்.'

'குழந்தை ரெண்டும் பாழாப் போறது! இந்த நந்துவைப் பாரு. ஆட்டோ ஷாப்ல க்ளீனர் பையன் மாதிரி இருக்கான். என்னைக் கண்டாலே ரெண்டும் அழறது. நான்தான் அப்பன்னு எப்ப வாவது சொல்லி வெக்கறியா இல்லையா?'

'என்னையே தெரியுமாங்கறது சந்தேகம். ஞாயிற்றுக் கிழமையைத் தவிர மற்ற தினங்களில் எங்க அவங்களோட பழக முடியறது? ஆபீஸ்லேருந்து வந்த உடனே சமையல், சாப்பாடு, தூக்கம், காலைல எழுந்ததும் ஆபீஸுக்கு ஓட்டம்!'

'அருணா, இதை நிச்சயம் நிறுத்தியே ஆகணும்! எதுக்காக ரெண்டு பேரும் வேலைக்குப் போறோம்? ஒருத்தர் சம்பளம் பத்தலை, அதனால்தானே!'

'வந்த சம்பளத்தில் பாதி சேமிப்பு நிதிகளுக்கே கட்டியாறது. அதை நிறுத்திட்டா ஒரு சம்பளம் போறும்.'

'அப்ப குழந்தைகளுடைய எதிர்காலம்?'

'எதிர்காலத்துக்குப் பணம் கட்டி நிகழ்காலத்தைக் கோட்டை விட்டுண்டிருக்கோம். எனக்கு எல்லாமே கனவில் நடக்கிறமாதிரி

இருக்கு. குழந்தைகள் பிடுங்கல், தினப்படி அவசரம், அவலம், ஆபீஸ்ல என் மானேஜர் நரசிம்மாவதாரம். பஸ்ஸில் போய் ஸ்கூட்டர்ல போய், குழந்தைகள் ஏங்கிப் போய்! எதுக்காக எதைச் சாதிக்க இப்படி அங்காடி நாய்போல அலையறோம்னு பிரமிப்பா இருக்கு. போதாக் குறைக்கு இந்தக் கவலை வேறு!'

'எந்தக் கவலை?'

'மறுபடி உண்டாயிருக்கோன்னு! தள்ளிப் போறது!'

அவன் திடுக்கிட்டு, 'அய்யோ! இது என்ன புதுசா? மாத்திரை சாப்பிடலையா?'

'என்னவோ தினப்படி குழப்பத்தில் என்ன முழுங்கினோம். என்ன முழுங்கலைன்னு நினைவே இல்லை.'

'அய்யோ! வா டாக்டரைப் பார்த்துடலாம்.'

'ஆமாம். மற்றொரு பிரசவம், மெடர்னிட்டி லீவு தள்ளிப் போடற துக்காக எட்டாவது மாசம் வரை ஆபீஸ் போயிண்டு! சே போறும்பா!'

'முதல்ல இதைக் கவனிக்கலாம்.'

டாக்டர் ஜெயலட்சுமியின் வரவேற்பறையில் நாற்பது தாய் மாரும் நாற்பது குழந்தைகளும் இருபது கர்ப்ப ஸ்திரீக்களும் காத்திருந்தார்கள். நந்துவின் பிடுங்கல் தாங்காது, சாக்லேட் வாங்கித் தர வேண்டியிருந்தது. ஜிபா மடியில் தூங்கிப் போனது. ஒன்பது மணிக்குத்தான் நம்பர் வந்தது.

தீரப் பரிசோதித்துவிட்டு, 'பரக்னன்ஸி போலத்தான் இருக்கு. ஆனா இப்ப முடிவாச் சொல்றதுக்கில்லைம்மா. அடுத்த வாரம் கன்ஃபார்ம் பண்ண முடியும். உனக்குள்ள எப்படி ஃபீல் பண்றே?'

'ரொம்ப டயர்டா இருக்கு டாக்டர்?'

'நாசியா?'

'இல்லை டாக்டர்.'

'ஜெனரல் வீக்னஸ் போலத்தான் இருக்கு டாக்டர்' என்றான் முரளி.

ஜெயலட்சுமி நந்துவையும் ஜிபாவையும் பார்த்து, 'குழந்தைங்க ரொம்ப வீக்கா இருக்குதுங்களே! சரியா ஃபீட் பண்றதில்லையா?'

'க்ரிஷ்ல ஃபீட் பண்றாங்க டாக்டர்?'

'ஓ! நீங்க ரெண்டு பேரும் வேலைக்குப் போறீங்களா?'

'ஆமாம் டாக்டர்.'

'குழந்தைகளுக்கு நல்லதில்லை. முடிஞ்சுதுன்னா நீ வீட்டில இருந்துறேம்மா... லீவு எடுத்துக்கிட்டு...'

'லீவா, எனக்கா... அதுவும் அன்யுவல் க்ளோஷர் டயத்தில்...'

'இல்லை, சமாளிக்க முடிஞ்சா வேலையை விட்டுரும்மா! இந்தக் காலத்தில் கொஞ்சம் யோசிச்சுச் செய்ய வேண்டிய முடிவுதான். இருந்தாலும் குழந்தைகளைக் கவனிக்க வேண்டியதுதான் முதல் கடமைன்னு நீங்க நினைச்சா, வேலையை விட்டுறது நல்ல முடிவு.'

அருணா முகமலர்ந்து, 'இவர்ட்டச் சொல்லுங்க டாக்டர். இவர் தான் வேலையை விடக்கூடாதுன்னு பிடிவாதமா சொல்லிண்டு இருக்கார். எனக்கு என்னவோ பரிபூரணச் சம்மதம்.'

'என்ன மிஸ்டர் முரளி?'

'கொஞ்சம் யோசிச்சு எடுக்க வேண்டிய முடிவு, இல்லையா டாக்டர்.'

வீடு திரும்பும் போது அவள் ஸ்கூட்டர் பின்னாலிருந்து, 'இதில் யோசனை என்ன இருக்கு நமக்கு? பணம் முக்கியமா? குழந்தைகளோட ஆரோக்கியம் முக்கியமா? இப்ப என்ன, உங்க சம்பளத்தில் குடித்தனம் பண்ண முடியாதா? கொஞ்சம் தேவை களைக் குறைச்சுக்கறது. பால், தயிர் எல்லாம் சிக்கனமா செலவு பண்றது. சினிமா வேண்டாம். வீடியோ வாடகை வேண்டாம். கரண்டு செலவு குறைக்கலாம். வெளியிலே சாப்பிடறது ஏதும் வேண்டாம். ரேஷன் அரிசி நல்லாவே இருக்கு. பாமாயில் வாங்கிக்கறது. மனசிருந்தா முடியும். என்ன சொல்றீங்க?'

'நீ சொல்றது வாஸ்தவம்தான் அருணா. குழந்தைகளை இந்த மாதிரி வளர்க்கறது தப்பு. ஏங்கிப் போய்டும். கிரிஷ்ல இனிமே விடவேண்டாம்!'

'அப்பாடா! நிம்மதி! நாளைக்கே கால் கடுதாசி எழுதி சீனிவாச மூர்த்தி முகத்தில் எறிஞ்சுட்டு வந்துடறேன்.'

'வேண்டாம்! அதுக்கு அவசியமில்லை.'

'ஏன்?'

'யோசிச்சுப் பார்த்தேன் அருணா. உனக்குத்தான் சம்பளம் அதிகம். அதனால நான் ரிஸைன் பண்ணிட்டு வீட்டில இருக் கிறதா தீர்மானிச்சுட்டேன்.'

5